இப்படிக்கு தண்டச்சோறு

சகோ

Made with ♥ on the Notion Press Platform
www.notionpress.com

முன்னுரை

திரு(மதி)குரல்

எக்ஸ்பீரியன்ஸ் இருக்கா?

படுச்சது பத்தாதா?

சொல் புத்தியா?சுய புத்தியா?

சொல்றத மட்டும் செய்!

இந்த புத்தகம் எடைக்கு போட்டா
எவ்ளோ வரும்?

பெற்றோர்கள் சந்திப்பு

அடிமை

ஆசிரியர் பாணி(STYLE)

சிறப்பு வகுப்பு

நல்லாசிரியர்

அபராதம்

பொறுப்பு பொறியல்

தேவையில்லாத ஆணி

என்ன சொன்னாலும் மண்டைல ஏறாது!

ஆறுதல்

படுச்சா எவ்ளோ சம்பளம் கிடைக்கும்?

கல்வி ஒரு தொழில்

படிப்பு முக்கியம் சகோ!

முடிவுரை

இந்த உலகத்தில் அநீதி தலையெடுக்கிற போதெல்லாம் கோபமும் வெறுப்பும் கொண்டு நீ குமுறி எழுவாயானால் நாம் இருவரும் தோழர்கள்.

-சே.குவாரா

ஒரு மனிதர் தண்டச்சோறு ஆகிறாரா, ஆக்கபடுகிறாரா?

இங்கு மூன்று நபர்கள் உள்ளனர் பெற்றோர்கள், ஆசிரியர்கள், மாணவர்கள் இவர்களை சுற்றி உள்ள கருத்துக்கள் தான் இந்த புத்தகத்தில் பேசி உள்ளோம்..

முன்னுரை

உங்கள் வாழ்க்கையில் நீங்கள் வெற்றி பெற்றவரா? இல்லை தோல்வி அடைந்தவரா?, வெற்றி பெற்றவர் என்றால் எதனால் வெற்றி அடைந்தீர்கள் என்று என்னால் கூறமுடியும். உங்கள் வெற்றிக்கு முதன்மை மற்றும் ஒற்றை காரணம் கல்வி. நான் சொல்வது சரி தானே.

ஒருவேளை தோல்வியுற்றவரா! அதன் காரணம் என்ன? நீங்களும் கல்வி கற்றிருப்பீர்கள். ஆசிரியர் சொல்வதை செய்து இருப்பீர்கள். பின்பு ஏன் தோல்வி? இதை தான் இங்கு நாம் பார்க்க போகிறோம்.

இந்த புத்தகம் யாருக்கானது?

1)நான் சிரமப்பட்டு என் பிள்ளைகளை படிக்க வைத்தேன். ஆனால் அவர்களால், வாழ்வில் நல்ல நிலைமைக்கு வர அவர்களுக்கு தகுதி வரவில்லை என்று கவலையுறும் பெற்றோர்.

2)நான் பெற்றோர், ஆசிரியர் சொன்னதை அனைத்தும் செய்தேன், அதன் மூலம் எனக்கு ஏற்பட்ட விளைவுகளின் என் மகிழ்ச்சியை கேள்வி குறி ஆவதாக தோன்றுகிறது என்னும் குழப்பத்தில் உள்ள பிள்ளைகள்.

3)எவ்வளவோ முயற்சித்தும், மாணவர்கள் கற்றுக்கொள்ள மறுக்கின்றனர், தான் என்ன தான் செய்வது?, என்று வேதனைப்படும் ஆசிரியர்கள்.

இவர்களுக்கான புத்தகமாக இருக்கும் என்று எண்ணுகிறேன்.

பெற்றோர்கள் தவறவிடுவது, ஆசிரியர்களின் சாக்குப் போக்குகள், மாணவர்களின் தெளிவின்மை, இதைப் பற்றி விவாதங்களை முன் வைக்கவே இந்த முயற்சி.

திரு(மதி)குரல்

இந்த உலகில் அனைவரது குரல்களும் வெளிப்படையாய் கேட்கிறதா, அல்ல மனதிற்கு வெளியே வருவதற்கு கூட வழியில்லாமல் குமுறி கொண்டு உள்ளதா. சில குரல் வெளிப்படையாகவும், சிலரது குரல் அதன் கவனம், மற்றும் முக்கியதுவம் இழந்து உள்ளன. அப்படி ஒர் கவனிக்க மறுக்கப்படுகிற, மனதிற்குள் குமுறி கொண்டு உள்ள பல, ஆயிரக்கணக்கான மாணவர்களின் கருத்துக்களை, ஆதங்கத்தை பதிவு செய்யும், சிறு முயற்சியே இந்த புத்தகம்.

இதைப்பற்றிப் பல முறையில் தன் கருத்துக்களை கூறி எதிர்ப்பையும் பதிவு செய்ய முயன்று தோற்றுப்போய் மற்றும் நிராகரிக்கப் பட்டு, பின் ஓய்ந்து போன மனதில் உள்ள ஆதங்கத்தின் வெளிப்பாடே இந்த பதிவு. ஒரு முறை எழுதுனால், இன்று நிராகரிக்கப்பட்டாலும், நாளை சில வருடம் கடந்த பிறகாவது, யாரேனும் ஒருவர், இதனை

கவனிப்பார் என்ற எண்ணத்தில் எழுதப்படுகிறது.

காதில் கேட்டு புளித்து போன, அர்த்தமற்ற கருத்துகளை முன் வைத்து மாணவர்களை இயங்க விடாமல் என்னென்ன கருத்துக்கள் இருக்கிறது என்பதையும் இங்கு காண உள்ளோம்.

இந்த புத்தகத்தில் உள்ள கருத்துக்கள் வாசிக்கும் போது இது எல்லாம் சிறுபிள்ளை தனமாக இல்லையா, இதை போய் எழுதுவதா? என்று கூட உங்களுக்கு உணரலாம். சிறுபிள்ளைத்தனமான காரியங்கள் என்றால் ஏன் இன்னும் சரி செய்யவில்லை. அதன் விளைவு குவியலாக இல்லாமல் போனதால் இன்னும் மற்றவர் கவனம் ஈர்க்க தவறிவிட்டது. ஆனால் ஒரு குவியலாக இல்லாமல், சிறு சிறு துளிகளாய் பரந்து விரிந்து அனைவரின் மனதிலும் பரவி கிடக்கிறது.

எக்ஸ்பீரியன்ஸ் இருக்கா?

எப்போதாவது நாம் இத்தனை வருசம் படிச்சோம், நல்ல மார்க் வாங்குனோம், அப்புறம் ஏன் வேலை கிடைக்கல, கிடைத்த வேலையில் நல்ல சம்பளம் இல்லைனோ நல்ல சம்பளம் இருந்தும் சந்தோசமா இல்லைனோ நினைச்சு பார்த்து இருகீங்களா?

உதாரணத்துக்கு நீங்கள் ஒரு கம்பெனி ஓனராக இருக்கீங்க, யார வேலைக்கு எடுப்பீங்க, ஒருத்தர் பல வருசமா வேலை தேடிகிட்டு இருக்கார், அதனால அவர வேலைக்கு எடுப்பீங்களா! இல்ல இவரு மார்க் நல்லா வாங்கி இருக்காருனு வேலைக்கு எடுப்பீங்களா?, இல்ல இவருக்கு வேலை தெரிஞ்சிருக்கு அதனால ஒருதர வேலைக்கு எடுப்பீங்களா? வேலை தெருஞ்சவரதான் எடுப்பீங்க, அப்போ நீங்க வேலை தேடி போற கம்பனில என்ன வேலை அது நமக்கு தெரியுமானு, நாம நம்மளையே கேட்டுக்கணும், நீங்க கேட்கலாம், வேலைக்கு போன அப்பறம் தான் அங்க என்ன வேலை இருக்கும்னு

தெரியும் அப்பறம் தான வேலைய கத்துக்கிட்டுச் செய்ய முடியும்னு.. இதுக்கு என் கிட்ட ஒரு கேள்வி இருக்கு என்ன தெரியமா? அப்பறம் என்ன படிச்சோம்??? ம்ம், சரி, சரி டென்சன் ஆகாதீங்க. உங்க மேல மட்டும் தப்பு கிடையாது, அதனால ரிலாக்ஸ் ஆயிக்கோங்க.

படுச்சது பத்தாதா?

படித்து முடித்தாகிவிட்டது, நல்ல மதிப்பெண் பெற்று அடுத்து ஓர் வேலைப் பார்த்து சம்பாதிப்பது தான் முக்கியம். வேலை தேட வேண்டும், பிடித்ததை படித்தது போல (சும்மா கற்பனை செய்து கொள்ளுங்கள்), பிடித்த வேலையில் சேர வேண்டும். வேலை இருக்கிறது என்று ஓர் நிறுவனம் அறிவித்திருந்தது, சென்றால் நம் தகுதிக்கு கண்டிப்பாக வேலைக் கிடைத்துவிடும் மீறிய சம்பளத்துடன், இனி வாழ்க்கை ஆகா ஓகோ தான்!

நிறுவனத்துக்குச் சென்ற உடன் கனவுகள் நினைவாகும். ஆனால், சென்ற பின்தான் தெரிந்தது, நம்மைப் பொலவே ஆயிரம் கனவுகளுடன் அங்கு நின்று கொண்டிருந்தச் சக சகோ'கள், அத்தனை பேரும், சரி சமமான கல்வி தகுதிகளுடன் இருந்தார்கள். என்ன செய்ய வேலை கிடைக்கவில்லை, ஏன்?

ஏன் என்று யோசித்தப் போது, போதுமான வேலைக் காலியிடங்களை விட, பட்டதாரிகள் அதிகம் என்று இதற்கு நான் என்ன செய்ய? இங்கு தான் முதன் முதலில் சமூக போட்டியாளர்களை சந்திக்க நேர்ந்தது, இதை கற்றுக் கொடுத்த கல்வியாளர்களிடம் கேட்டால். இது இப்படிதான் இயங்கும், நீ தான் வேறு ஏதோ ஒரு எக்ஸ்ரா கோர்ஸ் படித்துச் சான்றிதழை பெற்று உன்னுடைய தகுதியை மேம்படுத்தி விட்டுப் போட்டியை எதிர்கொள்ள வேண்டும் என்றனர்.

சரி, இவ்வளவு காலம் படுச்சாச்சு அதையும் செய்தவர்கள் உண்டு, ஆனால் இன்னொரு கேள்வியும் எழுகிறது, ஒரு வேளை நான் மீண்டும் ஏதேனும் படித்து அதற்கும் கடுமையான போட்டி நிலவினால்? என்ன செய்வது. இதற்கும் முன்பு கூறிய அதே பதில் தான், மீண்டும் போய் உன்னை வலுபடுத்தி கொள், ஏதாவதை புதிதாக கற்றுகொண்டு வா என்பது தான்.

நன்றாக படித்து அறிவை வளர்த்து தேர்வில் வெற்றிப் பெற்றவருக்கே இதுதான் நிலைமை.

ஒருவேளை நான் வெறும் மதுப்பெண் பெற்றவனாக இருந்தால்? அதாவது அறிவை புறம் தள்ளிவிட்டு மதிப்பெண் பின்னால் ஓடியவனாக இருந்தால், நிலைமை இன்னும் மோசம்.

அறிவை நம்பியவர் கூட சமூகத்தின் போட்டியில் தோல்வி அடைந்தாலும், சுயமாக அறிவை முன் வைத்து பிழைத்து கொள்ள முடியும்.

மதிப்பெண்ணை பெற்றால் வெற்றி பெறலாம், என்ற எனக்கு, இதற்கு முன் கூறிய அனைத்தும் ஒன்று சேர்ந்து வரும் ,... கண்டிப்பாக தோல்வி முகம் தான். இதற்கு நாம்தான் காரணமா? அனைவரும் மதிப்பெண் முக்கியம் என்று கூற நான் பெரும் முயற்சி எடுத்து மதிப்பெண் வாங்கியுள்ளேன்.

மதிப்பெண் என்பது ஒரு மாணவரின் அறிவு எவ்வளவு இருக்கிறது என்பதை தெரிந்து கொள்வதற்காக இருக்கும் அளவுகோள் என நம்பப்படுகிறது நான் உங்களுக்கு ஓர் ஊறறிந்த ரகசியம் சொல்கிறேன், நான் வாங்கிய மதிப்பெண்களுக்கு இணையான அறிவு என்னிடம் இல்லை என்பதே அது. ஆச்சரியமாக உள்ளதா, ஆனால் அது தான் உண்மை, என்னை போல பலரும் இங்கே உள்ளனர், அவர்களுக்கு வேலை கிடைக்குமா?

ஆம் வேலை கிடைக்கும். ஆனால் அறிவுடன் வேலை செய்வதற்கும் அறிவு இல்லாமல் வேலை செய்வதற்கும் வித்தியாசம் உள்ளது.

இப்பொழுது அந்த மாணவர்களுக்கு அறிவு உள்ளது என்று வைத்து கொள்வோம் அதில் அவர்களுக்கு கிடைப்பது தைரியம், தமக்கு தெரிந்த, அறிவாற்றலுடன் தேர்ந்த வேலையை செய்தால் அதில் ஏதேனும் பிரச்சனை என்றாலோ, ஏதேனும் தவறு நேர்ந்தலோ அதை சீர்செய்ய முடியும் என்ற தன்நம்பிக்கை இருக்கும். இரண்டாவது, ஒரு நிறுவனத்திடம் வேலை கேட்க செல்கிறேன், உங்கள் நிறுவனத்தில் இந்தந்த வேலைகள் உள்ளது, அதில் எனக்கு குறிப்பிட்ட சில வேலைகள் தெரியும், அந்த வேலைகளுக்கு ஆட்கள் தேவை என்றால் என்னை நேர்முக தேர்வுக்கு அழைத்து, தகுதியானவர் என்றால் எனக்கு வேலை கொடுங்கள் என்று கேட்டால் எப்படி இருக்கும் என்று சிந்தித்து பாருங்கள். இன்னொரு விதம், நான் மதிப்பெண் நன்றாக பெற்றுள்ளேன், எனக்கு உங்கள் நிறுவனத்தில் ஏதேனும் (நன்றாக கவனியுங்கள்) "ஏதேனும்" ஒரு வேலை கொடுங்கள் என்று கேட்டால் எப்படி இருக்கும். இந்த இரண்டில் நீங்கள் எதை விரும்புவீர்கள். எப்பொழுது இப்படிபட்ட சூழல் வருகிறதோ அப்பொழுதே, அடிமை எண்ணம் மனதில் தோன்றிவிடும் கிடைத்த வேலை போய்விட்டால் இன்னொரு வேலைக்கு எந்த (தன்)நம்பிக்கை வைத்து வேலை கேட்பது (தேடுவது).

மூன்றாவதாக இன்னொரு ரகம். அறிவையும் வளர்த்து கொள்ளாமல், மதிப்பெண்ணும் பெறாமல் இருப்பது. மதிப்பெண் பெற்ற மாணவருக்கு வாய்ப்புகளின் கதவுகளாவது திறக்கும். இவர்களுக்கு அதுவும் கிடைக்காது. கிடைத்த வேலை என்பார்களே, அது மட்டும் தான், ஒரு வேலை கிடைத்தது பறிபோய்விட்டால், இன்னொரு கிடைத்த வேலை "பிடித்த வேலை" என்ற சொல்லே மறந்துபோகும். வாழ்க்கையில் தோற்பதற்கான வாய்ப்பு இவர்களுக்கு பிரகாசமாக உள்ளது. இது இவர்களின் தவறு தான் என்று அனைவரும் கூறலாம். சரி தான், ஒன்றை கருத்தில் கொள்ள வேண்டும் என்னவென்றால்,

அவர்களும் 15, 20 வருடம் மேல் படித்துள்ளார்கள். இப்பொழுது கூறுங்கள் தவறு யார் மீது என்று?.

இப்படியாக வேலை கிடைப்பதே சிரமமாக இருக்கிறது. இந்த நிலைமையில் கல்வியும் அதற்கான வேலை செய்யவில்லை என்றால் என்ன ஆகும்?

ஒருவர் கல்வி கற்கிறார், அறிவு வளர்கிறது, அறிவை "செயல் தான்" முழுமைபடுத்தும், இப்படிதான் ஒரு தனி மனிதரோ அல்லது சமூகமோ வளர கூடும்.

சமூகத்தில் கல்வியை வைத்து ஒரு புதுதாக சிந்திக்கிறார் அல்லது செயல்படுகிறார் என்றால் தானே வளர்ச்சி.

கல்வியின் தாக்கம் தான் சமூகத்தில் தெரிய வேண்டுமே தவிர, சமூகத்தின் தாக்கம் கல்வியில் தெரிய கூடாது.

சமூகத்தில் குறைகள் உள்ளது, அப்பொழுது அதற்கு தகுந்தாற்போல் கல்வியும் இருக்கும் என்றால் எப்படி முன்னேற்றம் என்பது இருக்கும்.

ஒரே வேலையை (unskilled) வாழ்நாள் முழுவதும் செய்ய வேண்டும் என்றால் , எதற்கு கல்வி? ஓர், இரு மாதங்கள் பயிற்சி போதாதா?

இப்பொழுது நன்றாக மாணவர்கள் கற்றுத் தேர்ந்தனர் என்று வைத்துக் கொள்வோம். அதற்கு இணையான வேலை சமூகத்தில் இல்லை என்று வைத்து கொள்வோம், அதற்கு கல்வியையோ ஆசிரியர்களையோ குறை கூற போவதில்லை இந்த வேலையில்லா பிரச்சனை அரசு பார்த்துக் கொள்ளும் அல்லது, தன் அறிவை பயன்படுத்தி, தனக்கான வேலை அந்த மாணவர்களே உருவாக்க முடியும், வழிகள் உருவாகப்படும்...

சமூகத்தில் ஒரு குறிப்பிட்ட வேலைக்கு மட்டும் தான் கல்வி என்றால் எப்படி புதிய சிந்தனைகள் உருவாகும்?, முன்னேற்றம் இருக்கும்?. இந்த போக்கு அடிமையை மட்டும் தான் உருவாக்கும்...

சொல் புத்தியா? சுய புத்தியா?

நான் இவ்வளவு வருசமா பெற்றோர்கள், ஆசிரியர்கள், பொதுவாக பெரியவர்கள் எல்லாரும் சொன்னத பண்ணி இருக்கேன். இப்போ என் மேல குறை சொன்னா எப்படி கோபம் வராம இருக்கும்னு கேட்கறது எனக்கு தெரியுது.

நீங்க இவ்வளவு நாளா உங்க நேரமும், உழைப்பும் செலவு பண்ணி, எல்லாரும் சொல்றத கேட்டு, இந்த நிலைக்கு உயர்ந்து இருக்கீங்க, எல்லாம் சரி, ஆனா, உங்க வாழ்க்கைல நடக்கற காரியம் எல்லாம் யாரு கையில இருக்கு, யார் பொறுப்பு நீங்க தான்! உங்க வாழ்க்கை என்ன அடகு வைக்கற பொருளா? இன்னொருத்தர் கையில குடுத்துட்டு, அதுல ஸ்கிராட்ச் (stratch) விழுந்துருச்சு, துருப்புடுசுருச்சு, அவங்க சரியா கவனிக்கல, சரியா பாத்துக்கலனு சொல்றதுக்கு ?!.

சரி, அப்போ அவங்க சொல்வதை கேட்டககூடாது என்று கூறுகிறீர்களா, ஏன் அவர்கள் கெட்டவர்களா?

அவங்க சொல்வதை கேட்கவேண்டாம் என்று சொல்லவில்லை கேட்பதோடு மட்டும் நிறுத்திக் கொள்ள வேண்டும் என்று சொல்கிறேன். ஏனென்றால் செயல் என்பது உங்கள் தனிப்பட்ட விருப்பமாகவே இருக்க வேண்டும், செயல்பாடுகள் உங்கள் பொறுப்பில் இருக்கக்கூடியவை, பிறர் சொல்வதை அப்படியே கேட்டு செய்வதும், செய்யாததும் உங்கள் முடிவு. உங்கள் செயலுக்கு பிறர் எந்தவிதத்திலும், பொறுப்பு ஏற்றுக் கொள்ள மாட்டார்கள் ஏதேனும்

தவறு நேர்ந்தாலும், அவர்களை குறை கூற முடியாது.

அப்போ, அவர்கள் சொல்வது தவறா? சரியாக கூட இருக்கலாம், ஆனால் எந்த சூழ்நிலையில் என்பதே முக்கியம், அவர்கள் பெரும்பாலும் நன்மைக்காகவே கூறுகிறார்கள் ஆனால் அது அறிவார்ந்த சிறந்த அறிவுரையாக இருக்குமா, என்பதை பரிசோதிக்க வேண்டும், ஏனெனில், ஒரு பிரச்சனை உள்ளது என்று வைத்து கொள்வோம், ஒவ்வொரு நபரும், ஒரே போலதான் அதை எதிர் கொள்வார்கள் என்று கூறமுடியுமா? அவர்கள் கூறும் அறிவுரை அவர்களின் பக்குவத்தை பொறுத்து மட்டுமே அது உங்கள் எண்ணத்திற்கும், சூழ்நிலைக்கும் பொறுந்தும் என்று கூறமுடியாது.

எனக்கு ஒரு பிரச்சனை உள்ளது. அதை என்னால் தீர்க்கமுடியவில்லை, அப்பொழுது அவர்கள் அறிவுரையை கேட்பதை தவிர எனக்கு வேறு வழியில்லை, என்ற சூழலில் அவர்கள் சொல்வது சரியா தவறா என்பதை என்னால் எப்படி ஊகிக்க முடியும்?

எளிதுதான் அவர்கள் கட்டாயம் என்று கூறினால் "அதில் தவறும் உள்ளது" என்று ஊகித்து கொள்ளுங்கள். உங்கள் விருப்பப்படி நீங்கள் செய்யல்பட, முடிவெடுக்க வாய்ப்புகள் இருக்கும் பட்சத்தில் அவர்கள் கூறுவது "சரி".

அது எப்படி ஒரு பிரச்சனைக்கு தீர்வு ஒன்றாக தானே இருக்கமுடியும், அதை கட்டாயமாக தானே செய்ய வேண்டும்?

ஆம், ஆனால் அந்த தீர்வு, எளிதாக தான் இருக்கும், "கட்டாயத்தில் செய்யும் காரியம், உங்களை கட்டுப்படுத்துமே தவிர விடுதலை அளிக்காது"..

மேலும் அவர்கள் உங்களுக்கு கூறும் அறிவுரை, அவர்களுக்கு மட்டும் பொறுந்துமே தவிர, உங்களுக்கும் பொறுந்தும் என்று கூற முடியாது. அவர்கள் பிரச்சனையை எப்படி சமாளித்தனரோ அவ்வாரே

நீங்கள் கையாள வேண்டும் என்பது கிடையாது நீங்கள் அவங்களை விட மேலும் புத்திசாலித்தனமாக எளிதாக கையாளும் திறமை உள்ளவர்களாக இருக்கலாம்.

கட்டாயம் என்பது உங்களை சிந்திக்க தடுக்கும், உங்களுக்கு எளிதாய் பிரச்சனையை கையாள திறமை இருக்கிறதா, இல்லையா என்பதையே தெரிந்து கொள்ள முடியாது.

நீங்கள் ஒர் முடிவு எடுத்து அது சரியாக இல்லயெனில் அவர்கள் முடிவு உங்கள் முடிவை விட மேம்பட்டு இருக்கும் பட்சத்தில், அவர்கள் சொல்வதை நீங்கள் கேட்கலாம்.

நீங்கள் முயற்சி செய்யாமல் பிறர் கூறுவதை அப்படியே ஏற்று கொண்டால் உங்கள் வாழ்வில் முன்னேற்றாம் இருக்காது.

யாகாவாராயினும் (இதை கூறும் நானாக இருப்பினும்) கூறுவதை கண்மூடிதனமாக ஏற்க கூடாது.

சொல்றத மட்டும் செய்!

நாய், ஆடு, மாடு ,கொசு, கோழி, மனிதர் என எல்லா உயிரினங்களும் முதன்மையாக தன் பிள்ளைக் குட்டிகளை பாதுகாத்து, அதற்கு இவ்வுலகில் வாழும் பயிற்சி ஆகியவற்றை கற்று கொடுத்தல் கடமையை, பொறுப்பின் மூலம் தன் தாய்மை தன்மையை வெளிப்படுத்தும்.

எந்த ஒர் உயிரினமும் தன் பிள்ளை குட்டிகளின் இலக்கை தானே தீர்மானித்து, அதை அடைவதற்காக வழியை காட்டி, எப்படி அடைய வேண்டும் என்ற செயலை வகுத்து, சொல்வதை மட்டும் செய் என்ற கட்டளையும் வைத்து, இறுதியில் இலக்கு தவறி விட்ட பின் அதற்கு

அந்த பிள்ளை(குட்டி) யின் மேல் பழியை போடாது. மனித இனத்தை தவிர.

இங்கு ஒவ்வொரு மனிதரும் தனி நபரே, ஒவ்வொருவரின் அனுபவம் வேறு, குழந்தைகளுக்கென தனி உலகம், விருப்பம், ஆற்றல், புத்திசாலிதனம் என்பது இருக்கும். நீங்கள் சொல்வதை மட்டும் கேட்டால் போதும் என்று சொல்லக்கூடாது.

"ஏன் பெற்றவற்களுக்கு உரிமை இல்லையா? என்று நீங்கள் கேட்கலாம்"

"பதில் :- இல்லை"

பிள்ளைகளின் நல்லதுக்காக தானே கூறுகிறோம் என்று கேட்கலாம் .

பதில் ஆம், பெரும்பான்மையான பெற்றோர்கள், நல்லதுக்காக தான் கூறுகிறீர்கள், அதற்கு எந்த மாற்று கருத்தும் இல்லை, ஆனால் நல்லதா கூறுகிறீர்கள் என்ற கேள்வி இருக்கிறது.

நீங்கள் கூறும் நன்மை என்பது உணர்வு ரீதியானது ஆனால் நல்லது என்பது அறிவு சார்ந்தது, பெற்றோர்கள் என்றாலே அறிவு பூர்வமாக தான் இருக்கும் என்றெல்லாம் இல்லை. அறிவு, உணர்வு அனைத்தும் தனிநபர் சார்ந்தது ஒவ்வொருவருக்கும் வேறுபடும்.

உணர்வு ரீதியாக வெளிப்படும் உங்கள் நன்மை என்பது உங்கள் சுய பயத்தை சார்ந்தது நீங்கள் பயந்த காரியத்திற்கு இன்னொரு நபரும் பயப்பட வேண்டும் என்றோ அவர்களுக்கு உங்களை விட அந்த காரியத்தை கையாளும் திறன் இல்லை என்றோ அர்த்தம் கிடையாது.

குழந்தைகள் அவர்களின் சொந்த முயற்சியில் செய்யும் செயலே, அவர்களுக்கு வெற்றியை உணரவைக்கும். அந்த வெற்றி, அவர்களின் தன்னம்பிக்கையை பெருக்கும்,. அதுதான் ஒருவர் வாழ்வில் மகிழ்ச்சி

அடையவோ, வெற்றி, தோல்வியில் கற்கவோ, மனித ஆற்றல் மொத்தமும் வெளிப்படுத்த உதவும் ஒரே காரியம்...

குழந்தைகள் தன் பெற்றோருடன் வேண்டுவது, அவர்களிடம் இருந்து தேவைப்படுவது ஆதரவு (சப்போர்ட்) மட்டுமே என்ன நடந்தாலும் நாங்க இருக்கோம் என்ற ஊக்கம், ஆதரவு மட்டுமே இவை மட்டும் ஒரு பெற்றோரிடம் இருந்து கிடைகுமானால் பிள்ளைகளின் வாழ்க்கையை வாழ்வார்கள் (இதில் வாழ்க்கை என்பதை எவ்வளவு வேண்டுமானாலும் மிகை படுத்தி கொள்ளுங்கள்).

நான் நெருங்கினாலும் பிள்ளைகள் விலகி செல்கின்றனர் ஏன்?

இதற்கான பதில் "அனுபவம்". நீங்கள் உங்கள் பிள்ளைக்கு கொடுத்த அனுபவம் .

இதற்கு ஒரு எடுத்து காட்டாக ஒன்றை கூற விரும்புகிறேன். ஓர் ஊரில் ஒரு குடும்பம் இருந்தது. பெற்றோர் இரு பிள்ளைகள், அந்த பெற்றோர்களுக்கு தன் பிள்ளைகள் வளர்ந்து விட்டார்கள் இனி வாழ்க்கையில் எந்த பிரச்சனை வந்தாலும் சுயமாகவே சமாளித்து கொள்வார்கள் என்ற நம்பிக்கை இருந்தது. ஒரு நாள் ஒரு பிரச்சனையும் வந்தது ஆனால் நடந்தது வேறு. பிள்ளைகள் அந்த பிரச்சனை கண்டு விலகிவிட்டனர் கையாளாமல். பெற்றோருக்கோ அதிர்ச்சி. பிரச்சனைகளை கையாளும் திறமை இருந்ததாக எண்ணினர். அதுதான் உண்மையும் கூட. அவர்கள் பிள்ளைகளுக்கு பிர்ச்சனையை கையாளும் திறமை இருந்தது. ஆனால் ஏன் கையாளவில்லை. இதற்கு காரணம், குழந்தைகளுக்கு இவ்வுலகில் உரிமையும், சுதந்திரமும் இருக்கிறது. இதே சுதந்திரமும் உரிமையும் பெற்றோரிடத்தில் குழந்தைதனமாக வெளிப்படும். அந்த குழந்தை தனத்தை, சுயஅறிவை உங்களிடம் வெளிப்படுத்திய போது, நீங்கள் எப்படி எதிர்வினை ஆற்றுனீர்களோ அதன் விளைவு தான் மேற்கண்ட சம்பவம்.

அந்த குழந்தைத்தனத்தை பெரும்பாலான பெற்றோர்கள் முட்டாள் தனமாக கருதுகின்றனர். எனவே, அப்பொழுது ஓர் எண்ணம் பெற்றோர்களுக்கு தோன்றும் நம் அறிவாற்றலை குழந்தையிடம் புகுத்தி ஆகவேண்டும் என, அதனால் இந்த குழந்தையை அதட்டியும், உதாசின படுத்தியும் இருப்பீர்கள்.

அந்த குழந்தையோ இது போன்று சிந்திக்க கூடாது என முடிவுகட்டும், என்ன செய்வது? இயற்கையில் மனிதனுக்கு புதிய சிந்தனைகள், சில சோதனைகள் செய்ய தூண்டும். அவ்வாறு மீண்டும் அந்த குழந்தைக்கு சிந்தனை வரும் ஆனால் இந்த சிந்தனையை வெளிப்படுத்தினால் உதாசினப் படுத்தப்படுவோம் என பயந்து விலகிக்கொள்ளும். பின் அந்த எண்ணத்தையும், அதன் தன்மையையும் பெற்றோரிடமே காட்ட தயங்கும் இதை அந்த பெற்றோர் பக்குவம் என்றும் நாம் அறிவை புகட்டி விட்டோம் என்று எண்ணிக்கொள்வர்.

முதலில் குழந்தையின் சுய சிந்தனையை மூலம் செய்த செயலை உதாசினப்படுத்தி விட்டு இப்பொழுது அவர்கள் எந்த வேலையும் செய்ய லாயக்கி இல்லை என்று பழி போடும் பெற்றோர் பல பேர், தான் ஒரு சிறந்த பெற்றோர் என்று கூறிக்கொண்டு (கவனிக்கவும் "கூறிக்கொண்டு") இருக்கிறார்கள்.

இப்படி ஒவ்வொரு குழந்தை தனத்தையும், மேதாவியை போல் நீங்கள் கையாண்டதால் தான், இப்பொழுது உங்களிடம் நெருங்க பிள்ளைகளிடம் இருக்கும் எண்ணங்களின் எண்ணிக்கைகள் குறைந்துவிட்டது. நீங்கள் 'கேட்' போடாமல் இருந்திருந்தால், பெற்றோரை விட்டே குழந்தைகள் விலகி நடந்திருக்க மாட்டார்கள்.

பெற்றோர்களை குறை கூறுவதாக எண்ண வேண்டாம். பெற்றோர்கள் என்றாலே தவறு செய்யாதவர் என்றும், சொல்வது எல்லாம் சரியாக மட்டும் தான் இருக்கும் என்றும் அதனால் அவர்கள் விமர்சனத்துக்கு

அப்பாற்பட்டவர் என்றும் எண்ணம் இருக்கிறது. "இங்கு கவனிக்க வேண்டிய ஒன்று விமர்சனத்துக்கு அபாற்பட்டது என்று எது இருந்தாலும் அது தவறுகளின் தோன்றும் இடமாகதான் இருக்கும்".

இப்பொழுது சிறந்த பெற்றோர்கள் (என்று கூறிக்கொள்பவர்கள்) ஒன்று கூறுவார்கள், நாங்கள் சொல்லி மட்டும் தான் தரமுடியும், சூழ்நிலையை புரிந்து அவர்கள் தான் நடந்து கொள்ள வேண்டும் என்று. ஆம் உன்மைதான், அது அவர்கள் பொறுப்பு தான் இல்லை என்று மறுக்கவில்லை. அனால் ஒன்றை ஞாபக படுத்த விரும்புகிறேன். குழந்தைகள் பெற்றோர்கள் சொல்வதை விட செய்வதையே பிறதி எடுப்பார்கள்.

இந்த புத்தகம் எடைக்கு போட்டா எவ்ளோ வரும்?

இன்னொரு பெரும் பிரச்சனை இருக்கிறது, கல்வி அதாவது கல்வி கூடங்களில் சொல்லி கொடுக்கப்படும் பாடம் இதை மட்டுமே வாழ்க்கை என்று பிள்ளைகளுக்கு கற்றுக் கொடுக்கிறோம். சிறந்த கல்வி இதனை ஏற்றுக்கொள்ளாது.

கல்வியின் தரம் குறைந்துள்ளதால் இல்லை இல்லை கற்று கொடுப்பதற்கான தரம் குறைந்துள்ளதால் பாடத்தை தவிர வேறு ஏதும் முக்கியம் இல்லை எனவும் அதை மட்டும் படித்தால் போதும் என்ற கருத்தும் இன்னும் உலாவி கொண்டு இருக்கிறது.

இது போன்ற கற்றல் தரத்தை வைத்துக் கொண்டு எப்படிக் கல்வி தவிர வேறு எதையும் செய்யாதே என்று சொல்வது சரியானது என்று நினைக்கிறீர்கள். கற்றல் சிறப்பாக இல்லை என்றால் அவன் எந்த வேலையும் செய்ய இந்த சமூகத்தில் சிரமப்படுவார்கள்.

அனைத்து நபர்களுக்கு ஒரு தனி திறன் இருக்கும் அவரது ஆர்வம், திறன் போன்றவற்றை இணைத்தச் செயல் தான் ஒருவரை நல்ல மனிதர் (வெற்றியாளன்) ஆக்கும். இந்தத் திறனை நம் பிள்ளைகளிடம் நாம் ஊக்குவிப்பதே இல்லை பெரும்பாலும்.

அவர்கள் தனி திறமையை இழந்து, தன்னம்பிக்கை இழந்து எந்த வேலையையும் மகிழ்ச்சியுடன் செய்ய முடியாமல் சிரமப்படுகிறார்கள். இந்த நிலைக்கு காரணமான மற்றவர்கள், அவரை எந்த வேலைக்கும் ஆகாதவர் என்று பழி கூறி முத்திரை பதிக்க முன் வந்து நிற்பார்கள்.

இதன் மூலம் பிள்ளைகளுக்கு மாணவர்களுக்குச் சொல்ல விரும்புவது, இப்பொழுது தங்களுக்கு நடப்பது பிடிக்கவில்லை என்றாலோ, உகந்ததாக இல்லை என்றாலோ, அதில் உங்களின் எதிர்ப்பை பதிவு செய்யாமல் விட்டால், அவர்களே உங்கள் மீது பழி சொல்லும் நிலைதான் ஏற்படும்... உங்கள் வாழ்வில் எது நடந்தாலும், உங்கள் அனுமதி இல்லாமல் நடப்பதில்லை, உங்கள் எதிர்ப்புணர்வை விட்டு கொடுக்கும் குணம் உங்கள் பொறுப்பில் தான் உள்ளது.

இப்படி தனி திறமையையும் நாம் கற்றுகொள்ள விடாமல் வைத்திருந்து, இந்தக் கல்வியும் அவர்களை கைவிடும் போது ஒரு மனிதர் என்ன நிலைக்கு தள்ளப்படுவார் என்பதை உணரும், பெற்றோரோ, ஆசிரியர்களோ இல்லையோ என்று எண்ண தோன்றுகிறது, இல்லாமலும் இருக்கலாம்.

கல்வி நிலையங்கள் கைவிட்டப் போதும் தன் தனி திறமையில் அவர்கள் பயிற்சியடைந்திருந்தால் அதற்கு ஏற்ற வேலையிலோ, அல்லது அந்தத் திறமைகேற்றச் சூழலிலோ அவர்களால் நிம்மதியாக வாழமுடியும்..

மாணவர்களுக்கு மற்றும் வேறு எந்த நபரோ, ஒரு வேண்டுகோளை விடுக்கிறேன், உங்களுக்கு ஆர்வமுள்ள உங்களுக்கு பிடித்தமானதை மட்டும் செய்யுங்கள். குறைந்த பட்சம் அதற்கான சூழலை

உருவாக்குவதற்காகவாவது முயற்சி செய்யுங்கள். நாம் எல்லோர்க்கும், எல்லாமும், எப்போதும் என்ற வாழ்வியலில் இருந்துத் திசை மாறி இப்பொழுது இந்தச் சமூகத்தில் வாழ்ந்து வருகிறோம், மீண்டும் எல்லோர்க்கும், எல்லாமும், எப்போதும் என்ற இலக்கை நோக்கியபடி சென்று கொண்டு இருக்கிறோம்.

தற்போதய சமூகத்தில் பிடித்த வேலையைச் செய்ய சாத்திய கூறுகள் குறைவு என்று எண்ணினால், தயவுசெய்து தினமும் ஒரு முறை அல்லது ஒரு மணி நேரமாவது, உங்களுக்கு பிடித்த காரியத்தை செய்யுங்கள், விளையாடுவது, வரைவது, பாடுவது, ஊர்சுற்றுவது என்பதை போல், ஏதேனும் உங்களுக்கு பிடித்த ஒன்றை செய்யுங்கள், அதில் நீங்கள் சிறப்பானவராய் இருந்தாலும் இல்லாவிட்டாலும். உங்களை நீங்கள் இழக்க அனுமதிக்காதீர்கள். மகிழ்ச்சியாய் இருந்தால் மட்டுமே நீங்கள் நீங்களாய் இருப்பீர்கள். எந்த நிலையிலும் பிரச்சனையை கையாளும் தகுதி அனைவரிடமும் இருக்கிறது. அதையும் மறந்துவிடாதீர்கள்..

பெற்றோர்கள் சந்திப்பு

பெற்றோர்கள் சந்திப்பு என்று ஒன்று உண்டு அதில் ஆசிரியர்கள் அவர்கள் செய்யும் வேலையில் உள்ள குறைகளை, மாணவரின் பொறுப்பு என்று கூறி அவர்கள் மீது பழியை போட்டு விடுவார்கள். அந்த நிலையில் பெற்றோர் ஆகிய நாம்.. ஆம் என்பது போல் தலையை ஆட்டி விட்டு வருவோம். மாணவர்களிடம் அதை பற்றி கேட்கவும் மாட்டோம், கேட்டாலும் பிள்ளைகள் சொல்வதை ஏற்கவும் மாட்டோம். அப்பொழுது உண்மையின் (பெரும்பாலும் பிள்ளையின்) பக்கம் நின்று ஆதரவு கொடுத்திருந்தால். இப்பொழுது பிள்ளைகளின் நிலை கண்டு, தன் பிள்ளை மீது தான் தவறோ என்று சிந்திக்கும் நிலை வந்திருக்காது. அப்பொழுது நீங்கள் பிள்ளைகள் மீது கூறிய

பழியை ஏற்காமல் இருந்திருந்தால், இப்பொழுது இந்த நிலையை ஏற்க வேண்டிய நிலை இருந்திருக்காது.

அடிமை

'சனநாயக நாட்டில் முதலில் நசுக்கப்படும் குரல்(வளை) மாணவர்களுடையது..

அடிமை என்ற வார்த்தையை உபயோகப்படுத்தும் போது வேறொன்று தோன்றிற்று 'அடிமையை தான் உருவாக்கும் ' வாசகம் உண்மை தான் என்று!

யார் அடிமை, "தனக்கு அநீதி இழைக்கப்படுவதை எதிர்த்து கேட்க முயலாதவன்" ஆசிரியர்களின் தவறை ஓர் மாணவர் கேள்வி கேட்க முடியுமா? விட்டுவிடுவார்களா ஆசிரியர்கள். உடனே அந்த மாணவரை மிரட்டுவது போன்ற நடவடிக்கை தான் முன் எடுப்பார்கள் அப்போழுதே அந்த மாணவரின் கேள்வி கேட்கும் தன்மை போகிறது நாளை சமூகத்தில் ஏதேனும் தவறு நடந்தால் , ஒருவரும் கேட்க வரமாட்டார்கள். கேள்வி கேட்காதவர் தானே அடிமை !

சிறிது கடுமையான வார்த்தை தான், இருந்தாலும் கூறுகிறேன், இந்த 'சனநாயக நாட்டில் முதலில் நசுக்கப்படும் குரல்(வளை) மாணவர்களுடையது..

ஒரு மாணவர் தன் எதிர்ப்பை எப்படி பதுவு செய்ய வேண்டும் என்று எதிர்பார்க்கிறீர்கள். ஏதோ சிறு காரியத்திற்காக இதை சொல்லவில்லை, பாலியல் வன்புணர்வு ஆசிரியர்களால் நடக்கும் போது, மாணவர்கள் குரல் கொடுக்க முடிகிறதா?

உங்களுக்கு பெரிதாய் ஏதாவது ஒரு காரியம் உதாரணம் சொன்னால் தன் சிறு தவறை சரி செய்ய முயற்சி எடுக்க சிந்திப்பீர்களானால் நீங்கள் இன்னொருவர்க்கு அறிவுரை வழங்க லாயக்கற்றவர்கள் ஆவீர்கள்.

உடனே மாணவர்கள் தான் சமூகத்தில் பிரச்சனைகளுக்கு முதலில் பெரும் போராட்டங்களில் குரல் கொடுப்பவர்கள் என்று கூறலாம், ஆம், உண்மை தான், கடைசி ஆயுதம் தான் போராட்டம், ஏன் முதலிலே சொல்லும் போது நீங்கள் ஏன் அவர்கள் பிர்ச்சனைக்கு செவி சாய்க்கவில்லை? ஏன்னென்றால் "அறிவு உங்களுக்கு போதவிலலையா" என்ற சந்தேகம் எழுகிறது.

ஆசிரியர் பாணி(STYLE)

'புதுதாக தெரிந்துக் கொள்ளும் காரியத்தில் எப்படி ஆர்வம் இல்லாமல் இருக்கும்?'

அனைவரும் சூழ்நிலை கைதிகள் தான் ஓர் குறிப்பிட்ட சூழ்நிலையில் சிக்கி கொண்டுள்ளோம். அதற்கு ஆசியர்களும் விதிவிலக்கு அல்ல. ஆசிரியர்களுக்கு ஓர் சிறிய வேண்டுகோள் வைக்கிறேன். ஒவ்வொரு ஆசிரியருக்கும் teaching style என்பது இருக்கும், தயவு செய்து உங்கள் style-ல் கற்று கொடுங்கள், அதாவது, நீங்கள் என்ன செய்தால் மாணவர்களுக்கு புரியும் என்று எண்ணுகிறீர்களோ, அதை செய்யுங்கள் (கற்றுக்கொடுங்கள்) அதைவிட்டு விட்டு உங்கள் higher authority சொல்வார்கள், நீங்கள் டெஸ்ட் வையுங்கள் assignment கொடுங்கள், சிறப்பு வகுப்பு நடத்துங்கள், குறிப்பிட்ட மொழியில் கற்பியுங்கள், பாடத்தை பாட்டாக பாடி கற்பியுங்கள் என்று அவர்கள் தலையீட்டை தவிர்த்து விடுங்கள்...

ஓர் ஆசிரியருக்கு தான், தன் மாணவர்களை பற்றி தெரியும். வகுப்பில் எத்தனை மாணவர்கள் இருந்தாலும், ஒவ்வொருவரும் எப்படி பாடம் எடுத்தால் கற்றுக் கொள்வார்கள் என்று ஆசிரியர்களான நீங்கள் முடிவெடுங்கள். அதாவது, ஒருவருக்கு கண்டிப்பாக பல தேர்வு வைக்க வேண்டும், சிலருக்கு சிறப்பு வகுப்பு அல்லது கூடுதல் வகுப்பு தேவைப்படும், இது போல் பல விதமாக மாணவர்கள் உள்ளார்கள், அவர்களுக்கு தகுந்தாற்போல ஆசிரியர் பாடம் எடுக்க முடியும்.

நீங்கள் கேட்கலாம், ஒவ்வொரு மாணவர்களும் வெவ்வேறு விதமாக இருப்பார்கள், எப்படி ஒரு ஆசிரியர் அனைவருக்கும் தனித்தனி முறையில் கற்பிக்கக்கூடும் என்று.

இங்கு இருவர் இருக்கிறார்கள், ஆசிரியர்கள் மாணவர்கள், இருவரும் தங்கள் சரிபாதியாக பங்குபெறுவார்கள் கற்கவும், கற்றுகொடுக்கவும். இதில் ஏதேனும் ஒரு பக்கம் தொய்வு ஏற்பட்டால், மற்றொருவர் அதை சமாளிப்பார், தன் பங்களிப்பை அதிகப்படுத்தி.

அதாவது ஆசிரியர் பாடத்தின் அறிவை பெற்று பாடம் எடுக்கும் முறையில் தவறு ஏற்பட்டால், மாணவர்கள் அந்த அறிவை பெற அதிக பங்களிப்பார்கள். அதே போல், மாணவர்கள் அறிவை கற்க முயற்சி செய்து முடியாமல் அவர்கள் பக்கம் தொய்வு ஏற்பட்டால், ஆசிரியர்கள் பங்களிப்பு அதிகரிக்கும்...

இது எப்போது தோற்கும் என்றால் ஆசிரியர், பாடத்தின் அறிவை முழுமையாக பெற்று இருக்காமல் கற்று கொடுக்க முற்படும் போது மட்டும் தான்...

நீங்கள் கேட்கலாம் ஏன் மாணவர்கள் ஆர்வம் இல்லாமல் இருக்க மாட்டார்களா, ஏன் ஆசிரியரின் பக்கம் மட்டும் இருக்கும் தவறை கூறுகிறீர்கள் என்று! உண்மைதான் மாணவர்களும் கல்வியை சிறிதும் பொருட்படுத்தாமல் இருக்கக்கூடும் ஆனால் கற்றல் என்பது மனிதன் அடிப்படை ஆர்வத்தை கொண்டது. இங்கு ஆசிரியர்கள் கற்று

கொடுப்பதில் சிறந்து விழங்கினார்கள் என்றால், ஆர்வமே இல்லாத மாணவர்களும் கற்க முற்படுவார்கள் என்பதே என் கருத்து. புதுதாக தெரிந்து கொள்ளும் காரியத்தில் எப்படி ஆர்வம் இல்லாமல் இருக்கும்?

சிறப்பு வகுப்பு

"தேவையான அறிவு எங்கு இருந்தாலும் அதற்கு, நேரம் செலவலிப்பது ஒரு பொறுட்டல்ல".

இன்னும் ஒரு பிராதணமாய் கூறப்படும் குறை சரியான நேரத்தில் வகுப்புகளுக்கு வருவதில்லை, ஏதேனும் சிறப்பு வகுப்பாக இருந்தாலும் கூட மாணவர்களின் நலனுக்காக தானே இதெல்லாம் ஏற்பாடு செய்யப்படுகிறது என்று நீங்கள் கூறலாம்.

ஒரு எடுத்துகாட்டாக பள்ளி கல்லூரியின் மேலாண்மை குழு கூடி ஓர் சிறப்பு விருந்துனரை அழைத்து மாணவர்களிடம் உரையாட செய்தால், மாணவர்களுக்கு விழிப்புணர்வும், உற்சாகமும் நம்பிக்கையாய் இருக்கும் என்று முடிவு செய்து அதை ஏற்பாடு செய்கின்றனர். இது போன்ற நிகழ்வுக்குக் கூட மாணவர்கள் காலதாமதமாக தான் வருகின்றனர், சரியான நேரத்தில் வகுப்புகளுக்கு வருவதில்லை சிலர் புறக்கணிகவும் செய்கிறார்கள் என்று நீங்கள் வருந்தலாம் இதில் நான் ஒரு கேள்வியை முன்வைக்க விரும்புகிறேன். இது போல் ஆசிரியர்கள் ஏற்பாடு செய்யும் சிறப்பு வகுப்புக்கு மாணவர்கள் தவிர்ப்பது என்பது முதல் வகுப்பிற்கா? என்பது தான் என் கேள்வி, "இல்லை" என்பதுதான் பெரும்பான்மையவரின் பதிலாக இருக்கும். ஏன் அனைவருமே இல்லை என்பதை தான் பதிலாக கூறுவீர்கள்.

அப்படியானால் முதலில் ஏற்பாடு செய்த வகுப்புகளுக்கு சரியாக வந்தவர்களில் எண்ணிக்கை ஏன், போ போக குறைய வேண்டும்.

அப்படி அந்த முதல் வகுப்பில் என்னதான் நடந்தது.

நீங்கள் ஏற்பாடு செய்த வகுப்புகளின் இலக்கு எதை வைத்துள்ளீர்களோ, அதுவே தான் மாணவர்களின் மத்தியிலும் இருந்திருக்கும். இன்று ஒரு புது அனுபவம் பெற போகிறோம், ஏதோ ஒரு அறிவு நம்மை வியக்க வைக்க போகிறது என்ற ஆர்வத்துடன் காத்திருப்பார்கள். ஆனால், நீங்கள் அந்த வகுப்பிற்கு காட்டும் முக்கியதுவம் மாணவர்களை திக்குமுக்காட வைத்திருக்கும். அந்த வகுப்பின் முக்கியதுவத்தை கூறி அவர்களை ஒரு கட்டாய கட்டத்துற்குள் தள்ளி இருப்பீர்கள். அவர்களும் அந்த முக்கியதுவத்தின் கட்டாயத்தில் தன்னை ஈடுபடுத்தி கொள்ள நேரிடும்.

இங்கு உள்ள முதல் தவறு "கட்டாயம்". ஏனோ தெரியவில்லை நல்ல காரியத்தை கூட கட்டாயப் படுத்தாமல் கூறும் பக்குவம் யாருக்கும் இல்லை.

மனித மனம் என்றும் கட்டாயத்தை விரும்புவது இல்லை. என்ன செய்வது? சுதந்திரம் மற்றும் உரிமையே மனிதனின் குணம். அதற்குள் வராத எதுவானாலும் அதனிடம் தன்னை காத்துக்கொள்ளவே நினைக்கிறது. எதுவானாலும்!

"தனக்கு எது நல்லது என்று கூட சிந்திக்க முடியாதது மாணவர்களின் தவறு"

ம்! என்ன செய்ய? ஆசிரியர்களிடம் இருந்து கற்று இருப்பார்கள் போலும். தவறாக எண்ண வேண்டாம், உண்மையை தான் கூறினேன், ஒரு நல்ல காரியத்தை நல்ல விதமாக உங்களுக்கே சொல்ல தெரியவில்லை, உங்கள் மாணவர்கள் வேறு எப்படி இருக்க கூடும்?

சரி, வகுப்பிற்கு வருவோம்.

அனைவரும் ஓர் இடத்தில் கூடிய பிறகு, அந்த சிறப்பு நபர் அல்லது சிறப்பு ஆசிரியரின் உரையைக் கேட்க ஆவலுடன் இருப்பார்கள். அவர் வரும் நேரம் நெறுங்கும், சரியாக அவர் வரும் நேரம் இது. அனைவரும் சிறப்பு விருந்தினரை எதிர்பார்த்துக் காத்து கொண்டு இருப்பார்கள், நிமிட முள் ஒரு நிமிடத்தை கடக்கும்,சில மாணவர்களின் ஆர்வம் அதிகரிக்கும், யார் வர போகிறார்கள் அவர் என்ன புதிதாக கூறப்போகிறார் என்பதை எண்ணி, மீண்டும் ஒரு நிமிடம் கடக்கும்,இப்படி அனைத்து மாணவரின் ஆர்வமும் உச்சகட்டத்தில் இருக்கும், பத்து நிமிடங்கள் கடக்கும் சில மாணவர்களின் ஆர்வம் குறைய தொடங்கும், இருந்தாலும் ஓர் புதுய மனிதர் அவருடைய அறிவை , அனுபவத்தை கூற அதை கேட்க சிறிது நேரம் காத்திருத்தல், தவறில்லை என்ற எண்ணத்துடன், வழிமேல் விழி வைத்து காத்துருப்பர், இன்னொரு வகையான எண்ண ஓட்டத்தையும், இங்கு கூற வேண்டும், யாரோ சாதனையாளர், சிறப்பு விருந்தினர் அவர் ஒரு பத்து நிமிடம் தாமதமாக வருவது தவறில்லை என்றும் எண்ணி கொள்வர்.

பத்து நிமிடம் இன்னும் ஒரு பத்து நிமிடம் என ஏறிக்கொண்டே போகும், ஆர்வம் குறைந்து கொண்டே வரும் ஆர்வம் குறைய குறைய, சல சலப்பு வரும், அதை அமைதியாக்க, அதிகாரம் மற்றும் ஆதிக்கம் என்ற இரண்டும் கூட்டு சேர்ந்து மாணவர்களை அடக்க முற்படும். அரை மணி நேரம் ஆகும் ஆர்வம் மறைந்து விரக்தி எட்டிப்பார்க்கும்.. இன்னும் நேரம் நீளும் அப்பொழுது அந்த ஆசாமி உள்ளே வருவார் . அவர் பேச்சை தொடங்கிய உடனே, மாணவர்களின் தலை உடல் அனைத்தும் நலிந்து போகும். அவர் ஏதோ நன்றாக தான் பேசிக்கொண்டு இருப்பார், நல்லதைதான் தயார் செய்து வந்திருப்பார் ஆனால் அது குறிப்பிட்ட நேரத்திற்கு தான், நேரம் கடக்க கடக்க அதையும் கையாளும் விதமாக எதையாவது அவர் பேச அவசியம் ஏற்படும் .. ஆனால் அதை அவர் செய்ய மாட்டார். மாணவர்களிம் மனம், ஆர்வம்? புஸ் என்று போகும்.

இதே போல் இன்னொரு மாமனிதர் பிம்பம் உருவாக்கப்பட்ட ஒருவரை வேறு ஒருமுறை அழைப்பீர்கள். மாணவர்கள் உஷாராகி விடுவார்கள். காலம் தாழ்த்தியே செல்லலாம் என்ற எண்ணம் வரும் .

உடனே ஆசிரியர்களுக்கு ஓர் எண்ணம் வரும், நாம் அவர்களின் நன்மைக்காக செய்வதை புரிந்து கொள்ள மறுக்கிறார்களே என்று. "அனைத்தும் விளைவுகளை சார்ந்து தான்".

சரி, போனால் போகட்டும் வந்தவராவது தேவையானதை பேசி இருந்தால், பாதி மனம் சாந்தம் அடைந்திருக்கும், மாணவர்களின் வாழ்க்கைக்கு, தேவைக்கு, அவர்கள் இருக்கும் நிலையில் இருந்து அடுத்த அடி எடுத்து வைக்க ஒன்றை பேசினாரா என்று பார்த்தால் கண்டிப்பாக இல்லை.

அவர்கள் பேசுவதை நாம் தான் கவனித்துகொள்ள வேண்டும் என்கிறீர்களா? அதற்கு மாணவர்களே ஒருவரை தேர்தெடுத்து அவர்கள் சொல்வதை கவனித்து கொள்வார்கள். நீங்கள் அழைத்து வர தேவையில்லை.

உங்கள் சந்தேகம் தீர்ந்ததா, ஏன் சரியான நேரத்தில் வகுப்புகளுக்கு வர மறுக்கின்றனர் என்று. "தேவையானக் அறிவு எங்கு இருந்தாலும் அதற்கு,நேரம் செலவலிப்பது ஒரு பொறுட்டல்ல".

நல்லாசிரியர்

"*அவர்கள் அடங்காதவர்கள், நீங்கள் தான் அடக்க வேண்டும்*"

இன்று கல்லூரிக்கு ஒரு புது ஆசிரியரின் வருகை. மாணவர்கள் ஆவல் இல்லாமல் எதிர்பார்த்து கொண்டு இருந்தனர். என்ன, ஆவல் இல்லாமலா? என்று கேட்கிறீர்களா!, ஆம், இது நாள் வரை இருந்த

ஆசிரியர்களிடம் பெற்ற அனுபவமே இதற்கு காரணம். சரி அதை விடுங்கள். புதிய ஆசிரியராவது ஆசிரியர் போல நடந்து கொள்வாரா என்ற எண்ணம் மாணவர்களிடம் இருந்தது. இது எதிர்பார்ப்பு என்று நினைக்கவேண்டாம், நப்பாசைதான்.

அந்த புது ஆசிரியரும் வந்தார். அவர் ஆணா, பெண்ணா, அவர் என்ன பட்ட படிப்பு படித்து இருக்கிறார், படிக்கும் போது ஃபெயில் ஆகாமல் படித்து தேர்ச்சி பெற்றாரா, இல்லை கடைசி தேர்வில் மட்டும் நன்றாக படித்து பட்டம் பெற்றவரா, அவருடைய நடை, உடை, பாவனை எல்லாம் நமக்கு தேவை இல்லை என்றது போல் முகத்தில் ரியாக்சன் காட்டிக் கொண்டு மாணவர்கள் அமர்ந்து இருந்தனர்.

ஆசிரியர் தன்னை அறிமுகம் செய்து கொண்டு, நேரடியாக பாடத்தை நடத்த ஆரம்பித்தார். இப்பொழுதும் மாணவர்கள் முகத்தில் 'நோ ரியாக்சன்'. நேரம் செல்ல செல்ல ஆசிரியரை கவனிக்க ஆரம்பித்தனர் மாணவர்கள். ஆம், நன்றாக பாடம் நடத்தி கொண்டு இருந்தார் அவர். மாணவர்கள் தன் கல்வியின் மேல் இருந்த ஆர்வத்தை புதுபித்து கொண்டு இருந்தனர். வகுப்பில் சிறு சத்தம் கூட இல்லை. 'என்ன ஓர் ஆச்சரியம்!' என்று ஒரு மனக்குரல் கேட்டது இப்படி எண்ணுவது ஆசிரியர் அல்ல ,மாணவர்கள் ஒருவர்கொருவர் முகத்தை பார்த்து கொண்டு நாமா இப்படி அமைதியின் உருவாய் அமர்ந்து இருகிறோம் என்று எண்ணிக் கொண்டனர். 'குட் பாய் & கேல்' ஆக மாறி வருகிறோம் என்று கூட தொன்றியது அவர்களுக்கு.

ஆசிரியர் ஒரு தலைப்பை சொல்லிகொடுத்து கொண்டு இருக்கும் போதே அடிக்கடி மாணவர்கள் கவக்கிறார்களா என்று பார்த்தார். கவனம் முழுவதும் ஆசிரியரின் மேல் தான் இருந்தது. அந்த தலைப்பும் முடிந்தது. ஆசிரியர் தேவையாவர்கள் குறிப்பு எடுக்கும் படி அறிவுறுத்தினார். ஆனால், ஒருவரும் குறிப்பு எடுக்க வில்லை.

ஆசியருக்கு ஆச்சரியம், அப்பொழுதுதான் ஒரு சந்தேக தொனியில் ஒன்றை கேட்டார் "நான் நன்றாக, புரியும் படியாக பாடம் நடத்தவில்லையா? என்று. உடனடியாக "நீங்கள் சிறப்பாக தான் கற்பித்தீர்கள்" என்று பதில் வந்தது. ஆசிரியர் மனதில் இன்னொரு கேள்வியும் எழுந்தது 'வகுப்பில் குறிப்பு எடுத்தால் தான் தன்னால் படிக்க முடியும் என்ற மாணவர்கள் ஒரு சிலராவது இருப்பார்கள் இங்கே ஒருவர் கூட குறிப்பு தேவைப்படும் மாணவர்கள் இல்லையா என்று தொன்றியது'. நான் நன்றாக பாடம் எடுத்தேன் என்றால் ஏன் நீங்கள் ஒருவர் கூட குறிப்பு எடுக்கவில்லை என்று அவர் கேட்க மாணவர்கள் அமைதி காத்தனர். வகுப்பு முடிந்தது. மாணவர்கள் மனதில் ஒன்று தான் தோன்றியது "நாங்கள் இப்படியே பழகிவிட்டோம், தேவையான குறிப்பு எடுக்கும் அளவுக்கு பெறும்பாலும் இதுவரை தெளிவாக யாரும் பாடம் கற்பிக்கவில்லை, இதன் விளைவாகவும் மற்றும் குறிப்பு தேவைப்படாத நேரங்களிலும் கூட குறிப்பு எடுக்க வற்புறுத்த பட்டோம் இதற்கு எதிர்ப்பு காட்டவுமே இதை முற்றிலும் தவிர்த்தோம்". இதை எல்லாம் ஆசிரியரிடம் எப்படி கூறுவது?

இந்த அனுபவத்தை மற்ற ஆசிரியரிகளிடம் பகிர்ந்து கொண்டார் அந்த புது ஆசிரியர். அவருக்கு கிடைத்த பதில் "அவர்கள் அடங்காதவர்கள், நீங்கள் தான் அடக்க வேண்டும்". இது தான் பதிலாக இருக்கும் என்பது அந்த புது ஆசிரியர் அடுத்த வகுப்பிற்கு வந்த போது அவர் நடந்து கொண்ட விதத்தில் மாணவர்களால் யூகிக்க முடிந்தது.

அந்த புது ஆசிரியர் தனக்கு கொஞ்சம் கூட பொறுத்தமில்லாத ஆதிக்க குணத்தை பயன்படுத்த முயன்றார். பின் வருத்தப்பட்டார் மாணவர்களிடம். மற்ற ஆசிரியர் போல இவரும் மாறிவிடுவாரோ என்ற பயத்துடன் மாணவர்கள் அவரை ஏற்றுக்கொண்டனர். தான் மாணவர்களிடம் அதிகார தோரனையில் நடந்து கொள்ளக்கூடாது என்று முடிவெடுத்தார்.

இவர்கள் எண்ணம் நிறைவேற வாழ்த்துக்கள்!

அபராதம்

"எடு எடு முதலில் பணத்தை பாக்கெட்டில் இருந்து வெளியே எடு"

காலையில் ஐந்தரை மணிக்கு அலாரம் கூவுகிறது. வீட்டில் அம்மா அப்பா எழுகிறார்கள். அம்மா சமையல் செய்ய ஆயத்தம் ஆகிறார். அப்பா ஏழு மணிக்கு கம்பனியில் இருக்க வேண்டும். பன்னிரண்டு மணி நேரம் வேலை செய்யவேண்டும், சம்பளம் குடும்பம் நடத்தும் அளவுக்கு மட்டும், அதுவும் சரியாக வரவு செலவுயை கைடைபிடித்தால். பிள்ளைக்கு எட்டரை மணிக்கு கல்லூரி. ஏழு மணிக்குள் எழுந்தால் அப்பாவிடம் பேருந்துக்கு பணம் போக கைசெலவுக்கும் பணம் கிடைக்க வழிவகுக்கும், இல்லையேல் அன்றைய சின்ன சின்ன ஆசையை 'பிடிக்காது' என்று கூறி மனதை ஏமாற்ற வேண்டும். அது என்னமோ தெரியாது அலாரம் அடித்த பிறகு தான் தூக்கம் சொக்கும். கண்விழிக்கும் போது ஏழேகால், பாக்கெட் மணி கட் ஆகிவிட்டது. சரி கல்லூரிக்கு கிளம்பியாச்சு, எப்பொழுதும் அப்பா பேருந்து பணம் வைக்கும் இடத்தில் பணமே இல்லை, அம்மாவிடம் கேட்க, அப்பா அவசரத்தில் பணம் அந்த இடத்தில் வைக்கவில்லை, என்னிடம் கொடுத்துள்ளார் என்றார் அம்மா. அதை வாங்கி கொண்ட பின் ஓர் சிறிய அதிர்ச்சி, கவலைபடும் அளவுக்கு ஏதும் இல்லை, இன்ப அதிர்ச்சி தான், பாக்கெட் மணி அதில் இருந்தது (தான் ஆசைப்பட்டதை தன் பிள்ளைகள் அனுபவிக்க வேண்டுமே!.) அவசர அவசரமாய், மனம் சொல்கிறது ஏதோ மறந்து வைத்துவிட்டாய் என்று ஆனால் என்ன என்று அதுவே மறந்து இருந்தது. கல்லூரி வாசலில் போய் ஞாபகம் வந்தது, அதோடு இன்னொரு காரியமும் ஞாபகம் வந்தது. அதற்கு அபராதம் விதிக்கபடும் என்று இரண்டு நாட்கள் முன்பு கூறி

இருந்தது. மாட்டியும் கொண்டேன். ஆசிரியர் அபராதம் கேட்க, நாளை மறக்காமல் எடுத்து வருகிறேன் என்றேன்." அதெல்லாம் எனக்கு தெரியாது" என்று பதில் வந்தது. பேருந்துக்கு மட்டும் தான் பணம் உள்ளது என்றேன். வேறு இல்லை என்றேன். வேறு யாரிடமாவது கடன் வாங்கி கொடுத்தால் தான் வகுப்புக்கு அனுமதிக்க படுவாய் என்றார். கடன் வாங்க விருப்பம் இல்லை அதுவும் அபராதம் கட்ட. பணம் நிறையா இருந்தாலும் கொடுக்க கூடாது என்றே தோன்றிற்று. "எடு எடு முதலில் பணத்தை பாக்கெட்டில் இருந்து வெளியே எடு" என்று குரல் மட்டும் மனதில் ஆழமாய் பதிந்தது. சிறிதும் விருப்பம் இல்லாமலும், வேறு வழியும் இல்லாமலும் அபராத தொகையை கொடுத்தேன். மறதிக்கு அபராதம் என்பதை ஏற்று கொள்ள முடியவில்லை. விருப்பம், நியாயம் இல்லாமல் ஒருவரிடம் பணம் பறிப்பது பெயர் என்ன? பேருந்துக்கு பணம்? இதை யாருமே அங்கு கண்டு கொள்ளாத, கவலைபடாத ஒன்று, எனவே அதை நாமும் விட்டுவிடுவோம்.

நியமாக இல்லை என்று சொல்வதை ஏற்க முடியாது, அதுதான் அபராதம் என்று முன் கூட்டியே கூறிவிட்டோமே என்று நினைக்கிறீர்களா? மறதிக்கு அபராதம் என்பது அநியாயம் தானே!

இப்படி(மறதி) சொல்லி ஏமாற்றினால் தப்பித்துவிடலாம் என்று நினைப்போ என்று கேட்கிறீர்களா? உண்மையை கூற வேண்டியது எங்கள் கடமை கூறிவிட்டோம். உண்மையை நம்புவது நம்பாதது உங்கள் புத்திசாலித்தனம். அந்த அளவு மாணவர்கள் மீது நம்பிக்கையற்று போய் இருந்தால் ஒரு (லை டிடக்டர்) பொய்யை கண்டறியும் கருவியை வாங்கி வைத்து கொள்ளுங்கள்.

இப்படி அபராதம் போட்டால் தான் மீண்டும் மறக்காமல் இருப்பார்கள் என்ற கருத்து பெறும் அளவு இருக்கிறது. ஏதாவது மறந்தால் மீண்டும் மீண்டும் சொல்லி நினைவில் வைத்து கொள்ள உதவ வேண்டுமே தவிர, மற்ற எந்த நடவடிக்கையும் இதைவிட நேர்மறையானதாக

இருக்காது.

இதற்கு, உங்கள் தேவைக்கு நீங்கள் தான் ஞாபகம் வைத்து கொள்ளவேண்டும், ஞாபகபடுத்தும் வேலைக்கு உங்களுக்கு ஒரு ஆள் போட முடியாது என்று பதில் வரும். சரிதான், எப்பொழுதுமே தன் தேவையான ஒன்றை யாரும் மறக்கமாட்டார்கள், அப்படித் தேவையை மறக்கிறார்கள் என்றால் அவருக்கு மருத்துவ உதவி தேவைப்படுமோ என்று தான் சிந்திக்க வேண்டும். ஒருவேளை அபராதம் போட்டால் ஞாபக மறதி சரியாகும் என்று எண்ணிக்கொண்கடீர்களோ?

நீங்கள் கூறும் ஒரு காரியத்தை மறக்கிறீர்கள் என்றால், அது மாணவர்களுக்கு அவ்வளவு தேவை இல்லாத ஒன்றா எளிதில் மறந்துபோக? இல்லை இல்லை அது அவர்களுக்கு தேவையான ஒன்று அதனால் மறந்து போக கூடாது, அதன் முக்கியதுவத்தை உணர்த்தும் நடவடிக்கை தான் அபராதம் என்று நீங்கள் கூறினால். அதை பற்றி சொல்லி அதன் தேவை உணர்த்த வேண்டுமே தவிர அபராதம் போடக்கூடாது.

மாணவர்கள் ஒரு காரியத்தை கற்றுக்கொள்ள எதிர்மறை நடவடிக்கைதான் பயன்படுத்துவோம் என்றால், நீங்கள் ஒரு நல்ல ஆசிரியர் இல்லை என்று பணிவன்புடன் தெரிவித்து கொள்கிறேன்.

பொறுப்பு பொறியல்

"நீங்கள் உபயோகிக்கும் முறை, மாணவர்களை படிக்கத் தூண்டாது என்பதாக புரிந்து கொள்கிறேன்"

ஒருவர் வாழ்க்கையில் நடப்பதற்கு பொறுப்பு அவரவரே, வேறு யாரும் பொறுப்பு ஏற்க வேண்டியது இல்லை. இதை தான் நாம் அனைவரும் முதலில் புரிந்து கொள்ள வேண்டும்.

ஆனால் இது அனைவரும் சுயமாக முடிவு எடுக்கும் போது தான் பொருத்தமாக உள்ளது. இப்பொழுது நாம் எடுக்கும் அனைத்து முடிவுகளில் மற்றவரின் கருத்தின் ஆளுமையும் உள்ளது.

இதை நாம் ஏற்றுக்கொண்டு தான் ஆக வேண்டும். சமூகம் சில பொறுப்புகளை மற்றவருக்கு கொடுத்து உள்ளது, உதாரணமாக பிள்ளைகளை ஒழுங்காக வளர்க்கும் பொறுப்பு பெற்றோருக்கானது போன்றவை. இதே போல் ஆசிரியர்களுக்கும் சில பொறுப்புகளை இந்த சமூகம் நிர்ணயித்து உள்ளது. தர்க ரீதியாக பொறுப்புகள் இருந்தாலும் சமகாலத்தில் மதிப்பெண் வாங்க வைப்பதே முக்கிய பொறுப்பாக இருந்து வருகிறது. இந்த பொறுப்பு போலியானது என்பதை புரிந்து கொள்ள ஆசியர்கள், பெற்றோர், சமூகம் என அனைவரும் மறுக்கிறார்கள்.

மதிப்பெண் வாங்க வைப்பதில் ஆசிரியர்கள் பெரும் முயற்சிகள் செய்கின்றனர், அதில் வெற்றியும் கண்டு உள்ளனர். நல்ல மதிப்பெண் வாங்கிய மாணவர்களை பார்த்து ஆசியர்கள் தான் தன் பொறுப்பை, கடமையை சரியாக செய்துள்ளதாக பூரித்துப் பெருமை கொள்கின்றனர். வாழ்த்துக்கள்! அப்படியே மதிப்பெண் வாங்க வைக்கும் அவர்கள் முயற்சியினால் ஏற்பட்ட எதிர்மறை விளைவுக்கும் பொறுப்பு ஏற்றுக் கொள்வார்களா? என்று கேட்டால் பின் வாங்குகிறனர். இன்னும் எளிமையாக கூறினால் மதிப்பெண் வாங்காத மாணவர்களுக்கு யார் பொறுப்பு?

'இதில் என்ன சந்தேகம் அந்த மாணவர்கள் தான், அவர்கள் சரியாக படித்து இருந்தால் நல்ல மதிப்பெண் வந்திருக்கும்' என்கிறீர்களா?

சரி, நீங்கள் சொல்வதை ஏற்று கொள்ளலாம். ஆனால், எனக்கு ஒரு சந்தேகம், நல்ல மதிப்பெண் வாங்காத மாணவர்கள் அவர்கள் படிக்கவில்லை என்பது மட்டும் தான் காரணம் என்றால், மதிப்பெண் வாங்கிய மாணவர்களும் அவர்கள் படித்தார்கள் என்று தானே அர்த்தம். இதற்கு ஆசிரியர்கள் எதற்கு. மாணவர் படித்தார் என்றால்,

நல்ல மதிப்பெண் வரும், படிக்கவில்லை என்றால் மதிப்பெண் வராது,! இதில் ஆசிரியரின் பங்கு என்ன?

'நீங்கள் ஆசிரியர் தேவையில்லாமல் இருக்கிறார்கள் என்கிறீர்களா?' என்று கேட்டால் ஆம், மேலே சொன்ன கூற்றுக்கு அதுதான் அர்த்தம்.

'இல்லை இல்லை, ஆசிரியர்கள் மாணவர்களுக்கு பொதுவான ஒரு முறையில் கற்பிப்பனர், அந்த முறையில் மாணவர்கள் தன் கற்கும் திறனை பயன்படுத்தி தேர்ச்சி பெற வேண்டும், இதில் ஆசிரியரின் பங்கு நிச்சயமாக இருக்கிறது'.

அதாவது, நீங்கள் உபயோகிக்கும் முறை, மாணவர்களை படிக்க தூண்டாது என்பதாக புரிந்து கொள்கிறேன். மாணவர்களாகவே தன்னை ஈடுபடுத்தி கொண்டு படிக்க வேண்டும், சரிதானே?

இதிலும் எனக்கு ஒரு சந்தேகம் உள்ளது. தானாகவே படிப்பில் ஈடுபடுத்தி கொள்ளவேண்டும் என்றால் நூலகமே போதுமே பள்ளி, கல்லூரிகள் எதற்கு?

சரி, நீங்கள் சொல்வது போலவே இருக்கட்டும். உங்கள் முறையில் மாணவர்களின் தோல்விகளுக்கும் இடமுள்ளதே பிறகு எப்படி ஒரு மாணவர் தேர்ச்சி அடையவில்லை என்றால் மாணவர்கள் படிக்கவில்லை என்று மட்டும் கூறமுடியும். அதற்கு உங்கள் முறையிலும் கோளாறு இருப்பதும் காரணம் தானே?

இதுவும் ஆசிரியர்களின் பொறுப்பு தான். ஒரு மாணவர் நன்றாக படித்தால் ஆசிரியர்கள் ஒரு(வர்) காரணம் என்று கூறிக்கொள்ளும் நீங்கள், மாணவரின் தோல்வியின்போது மட்டும் பின்வாங்கி கொள்வது சரியில்லையே! தான் தோல்வி அடைந்தால் அதன் முழு பொறுப்பும் மாணவர்கள் மீதே விழுகிறது.

'ஆசிரியர்கள் சொல்வதை செய்து இருந்தால் மட்டும் போதும் தேர்ச்சி பெற்று இருக்கலாம்'

அப்படியும் இருக்கலாம்! ஆனால் ஆசியர்கள் சொல்வது கேட்கும் படியாக இல்லாமல் போனதால்தான் மாணவர்கள் அதை தவிர்க்கின்றனர். அவர்கள் ஏன் சொல்வதை செய்ய மறுக்கின்றனர் என்று என்றாவது சிந்தித்தது உண்டா? உதாரணமாக நீங்கள் ஒரு முறையில் கற்று கொடுக்க முயற்சிக்கலாம் அந்த முறை மாணவர்களின் ஆற்றலை விட அதிகமாகவும் இருக்கலாம் குறைவாகவும் இருக்கலாம். தன் சக்திக்கு மிகுதியாக இருந்தால் அதன் மீது உள்ள ஆர்வம் குறையும். குறைவாக இருந்தால் அலட்சியம் வரும். நீங்கள் (ஆசிரியர்) செய்யும் தவறு அனைவருக்கும் ஒரே முறை என்பதே, மாணவர்கள் தான் இப்பொழுது உள்ள நிலைக்கு அடுத்த படி எதுவோ அதைதான் செய்ய இயலும்.

இரு தரப்பு மாணவர்களையும் உங்கள் தரத்திற்கு வரும்படி உங்களது முறை கட்டாயப்படுத்துகிறது. அடிப்படை உளவியலில் சிந்தித்து பாருங்கள். கட்டாயபடுத்தும் காரியத்தில் எப்படி உங்களுக்கு ஆர்வமோ அல்லது நம்பிக்கையோ வரும்? தன்னை மீறிய ஒரு செயலை செய்ய எப்படி மனம் ஏற்கும்? பயமும், தற்காப்பு உணர்வும் தான் வரும்.

"நன்மைக்காக கட்டாயப்படுத்துவதை கூட புரிந்து கொள்ள முடியாத நிலையில் தான் மாணவர்கள் உள்ளனர்".

உலகில் பல நன்மைகள் உள்ளது நீங்கள் செய்வதுமட்டும் தான் நன்மை என்றில்லை. நன்மை எப்பொழுதும் சுலபமாகவும், தெளிவாகவும் தான் இருக்கும். கட்டாய படுத்தப்படும் நன்மை என்றால் அதில் தீய விளைவுகளும் உள்ளது என்பதே எதார்த்தம். உலகில் உள்ள அனைத்து நன்மையும் செய்தே ஆக வேண்டும் என்பது அவசியம் இல்லை. தனக்கு எந்த நன்மை தேவையோ அதை

மட்டும் செய்தால் போதும்.

மாணவர்களுக்கு நன்மை என்று கூறி விட்டு தேவை இல்லாத ஒன்றில் ஆற்றலை வீண் செய்கிறீர்கள். மாணவர்களின் எதிர்ப்பிலேயே தெரியும் அதில் சரி எவ்வளவு தவறு எவ்வளவு இருக்கிறது என்று.

தவறு இருக்கும் பட்சத்தில் அதை கட்டாயப்படுத்தி மாணவர்களின் எண்ணத்தை மதிக்காமல் செய்ய சொல்வதை விட்டு, அதற்கு மாற்றாக என்ன செய்யலாம் என்று சிந்தித்து பாருங்கள்.

"ஒரு முறையை முழுமையாக நடைமுறைப் படுத்தினால் தான் எதன் விளைவில் உள்ள நன்மை தீமை தெரிய வரும் அதற்கு மாணவர்களும் ஒத்துழைப்பு தரமறுக்கின்றனர்."

நீங்கள் ஒரு முறையை பயன்படுத்தி அதில் உள்ள நன்மை தீமை அறிந்துகொள்ள மாணவர்கள் என்ன சோதனை கருவியா? உங்கள் முறையில் உள்ள தவறுக்கு இணையான எதிர்ப்பை ஒவ்வொரு கணமும் சந்தித்து தான் இருப்பீர்கள். போதுமான அறிவு இருந்து இருந்தால் அந்த தவறுகளை முடிவில் விளைவு ஏற்படும் வரை காத்திருக்காமல் அவ்வப்பொழுதே தீர்த்திருக்க முடியும்.

சரி, நீங்கள் சொல்லும் முறையை ஒரு தடவையேனும் மாணவர்கள் மீது திணித்து இருப்பீர்கள். அதன் விளைவையும் கண்டு இருப்பீர்கள். உதாரணத்துக்கு மாணவர்கள் தேர்ச்சி சதவீதம் எடுத்து கொள்வோம். அதில் தேர்ச்சி பெறாத மாணவர்களும் இருப்பர் என்று வைத்து கொள்வோம். இந்த விளைவை கண்டதும் நீங்கள் உங்கள் முறையை மறு பரிசீலனை செய்தீர்களா? என்று பார்த்தால் இல்லை... நீங்கள் கூறியது ஒருதடவை எங்கள் கற்பிக்கும் முறையை முழுமையாக நடைமுறைப்படுத்தினால் தான் விளைவு தெரியும் பின்பு தவறுகளை சரி செய்து கொள்ள முடியும் என்று. ஆனால் ஒவ்வொரு தடவையும் விளைவுக்கு பின் நீங்கள் ஏற்கும் பொறுப்பு, தேர்ச்சி பெற்ற மாணவர்கள் மீது உள்ளதே தவிர, உங்கள் முறையில் தேர்ச்சி பெறாத

மாணவர்களிடம் இல்லை. அவர்கள் திறமையை குறை சொல்லி தேர்ச்சி பெறாத மாணவர்கள் மேல் பழியை சுமத்தி நீங்கள் உங்கள் கற்பிக்கும் முறையையும் ஆசிரியர்களின் தவறை காப்பாற்றவே முயல்கிறீர்கள்.

தேர்ச்சி பெற்ற மாணவர்களின் மீதான பொறுப்பும் பெருமையும் உங்களது என்றால், தேர்ச்சி பெறாத மாணவர்களின் மீதான பொறுப்பும் காரணமும் நீங்களே!. தோல்வியுற்ற மாணவர்களுக்கு பொறுப்பு நீங்கள் இல்லை என்றால் மாணவர்கள் தேர்ச்சி பெற்றதுக்கும் நீங்கள் காரணம் இல்லை.

தேவையில்லாத ஆணி

'இவ்வுளகம் ஆசிரியர்கள் இல்லாமல் இயங்க முடியாது, ஆனால் ஆசிரியர் என்ற போர்வையில் இருக்கும், நீங்கள் இல்லாமல் நன்றாகவே இயங்கும்'.

"மாணவர்கள் தேர்வில் தோல்வியுற்று தனது பட்டத்தை பெற முடியாத காரணம் என்ன?"

அவர்கள் ஆசிரியர்கள் சொல்வதை கேட்கவில்லை, எனவே தோல்வியுற்று வாழ்வில் சிரமப்படுகிறார்கள்... இந்த கேள்விக்கு பெரும்பாலும் இந்த பதில்தான் வரும்...

நீங்கள் கூறுவதை எதை செய்யவில்லை?

Formal ஆடையில் கல்லூரிக்கு வரவில்லையா சிறு மறதிக்கு கூட நீங்கள் அபராதம் கேட்ட போது கொடுக்கவில்லையா? அடையாள அட்டையை சட்டையில் இருந்து கழுத்தில் போடவில்லையா? எதை செய்யவில்லை?

"ஹா ஹா ஹா நீங்கள் கூறுவது உங்களுக்கே வேடிக்கையாக இல்லையா? இதை செய்தால் மட்டும் போதுமா இதற்கும் படிப்பிற்கும் என்ன சம்பந்தம்?"

ஓ! இதற்கும் படிப்பிற்கும் என்ன சம்பந்தம்! பிறகு எதற்காக இதற்கு இவ்வளவு முக்கியதுவம் கொடுகிறீர்கள், சலிப்பை உருவாக்கும் அளவுக்கு?

"பார்ப்பதற்கு இதுபோல் இருந்தால் தான் மாணவர் என்பார்கள், இல்லையேல் ஏதோ பொறுக்கித் தனமானவன் என்பார்கள்."

இது தான் காரணமா நான் வேறு ஒன்று நினைத்தேன்.!

"என்ன?"

இவ்வாறு நன்றாக உடையணிவது நீங்கள் கூறும் காரணத்திற்காக அல்ல, உருளைகிழங்கு சிப்ஸ் தெரியுமா? அதன் பொட்டலத்தை பார்த்துள்ளீர்ளா நன்றாக உப்பி போய் இருக்கும், வெளியில் இருந்து பார்க்கும் போது அதன் முழுமையும் சிப்ஸ் இருப்பதாக தோற்றம் அளிக்கும், அதை பணம் கொடுத்து வாங்கி பிரித்து பார்த்த பின் தன் உண்மை புரியும் அதனுல் இருப்பது காற்று, சிப்ஸ், அல்ல என்பது. இது வாடிக்கையாளர்களை நம்ப வைத்து வாங்க வைக்கும் தந்திரமும் அடங்கியுள்ளது. முதல்முறை வாங்கி சுவைத்து விட்டு அது பிடித்துபோய் மீண்டும் அதை வாங்குவேம் காற்று என்பதை அறிந்தே. ஏனென்றால் வேறு வழியில்லை அதை சுவைக்க. இது அப்படியே தொடர்ந்து கொண்டே போகும்.

அதே போல் நன்றாக உடை அணிவித்து ஓர் மாணவரை அதையே பின்தொடரும் படி பணிய செய்வது, அவர் கல்லூரியில் நன்றாக படிக்கிறார், என்பதை காட்டத்தான்.

வாடிக்கையாளர்களை வாங்க வைப்பதற்காக எப்படி காற்று நிரப்ப படுகிறதோ, அதே போல் ஒரு மாணவரை வேலையில் அமர்த்தவே இது போன்ற வேசம் போடப்படுகிறது மற்றும் பெற்றோரிடம் இருந்து ஆசிரியரின் இயலாமையை மறைக்கவுமே பயன்படுகிறது. பெற்றோர்கள் எண்ணி கொள்வார்கள், தன் பிள்ளை சரியான தரமான கல்வி தான் கற்கிறார்கள் என்று. தன் படிப்பு முடியும் வரை இந்த வேசம் தொடரும். அதன் பிறகே தெரியவரும் எப்படி சிப்ஸ் கம்மியாக உள்ளதோ அதே போல அறிவும் கம்மியாக இருப்பது.

"தவறாக பேசக்கூடாது, நீங்கள் கூறுவதை ஏற்றுகொள்ள முடியாது. உங்கள் எண்ணம் தான் தவறாக உள்ளது. நாங்கள் மாணவர்களை நெறிபடுத்த எவ்வளவு சிரமபடுகிறோம் என்று தெரியுமா? "ஆம், நீங்கள் சிரமபடுகிறீர்கள்.. ஆனால் உங்கள் இயலாமையை யாரும் கேள்வி கேட்க கூடாது என்பதற்காக, இதில் கவனம் செலுத்தி, இது தான் உங்கள் வெற்றி இதில் நாங்கள் சிறப்பாக செய்கிறோம் என்று விளம்பரம் செய்யப் பார்க்கிறீர்கள்.

"நாங்கள் ஆசிரியர்கள் மட்டும் அல்ல, இரண்டாவது பெற்றோர்களும் கூட மாணவருக்கு நல்லொழுக்கத்தை வளர்க்க வேண்டியதும் எங்கள் கடமையே."

அதைதான் நான் முன்பு கூறினேன், ஆசிரியர் வேலையை சரியாக செய்யாமல் இருப்பதற்கு சாக்குபோக்குக்காக இதை செய்து சமன் செய்ய பார்க்குறீர்கள் என்று.

"உங்கள் புரிதலின் அளவை கண்டு நான் வருந்துகிறேன். நீங்கள் ஏதோ அனைவரயும் குறை கூறுவது போல் ஆசிரியர்களையும் குறைகூறுகிறீர்கள். இவ்வுளகில் ஆசிரியர்கள் இல்லாமல் எதுவும் இல்லை"

ஆம், நீங்கள் கூறுவது உண்மைதான் நான் ஒப்புகொள்கிறேன். 'இவ்வுலகம் ஆசிரியர்கள் இல்லாமல் இயங்க முடியாது, ஆனால் ஆசிரியர் என்ற போர்வையில் இருக்கும், நீங்கள் இல்லாமல் நன்றாகவே இயங்கும்'.

என்ன சொன்னாலும் மண்டைல ஏறாது!

'உங்களுடைய இன்னொரு சாக்குபோக்குகளில் இதுவும் ஒன்று!'

"இந்த வயசுல எல்லோரையும் எதிரியா தான் பாப்பீங்க யாரு என்ன சொன்னாலும் அது உங்களுக்கு தப்பாதான் படும், நீங்க நினைக்கறது மட்டும் தான் சரினு படும். நாங்க என்ன சொன்னாலும் உங்க மண்டைல ஏறாது."

நீங்க சொல்றத சரினு வச்சுக்குவோம், அதாவது இந்த வயசுல இப்படி தான் இருப்பாங்க சொன்னா கேட்கமாட்டாங்க , என்ன பண்ணலாம்?

"ஆசிரியர்கள், பெற்றோர்கள் சொல்றத கேட்க முயற்சி பண்ணுங்க"

இல்ல, எனக்கு புரியல, அதுதான் இந்த வயசுல சொன்னா கேட்கமாட்டாங்களே, அப்பறம் எப்படி நீங்க சொல்றத கேட்க முயற்சி பண்ண முடியும்? இயற்கைக்கு எதிரா செயல்பட சொல்றீங்களா?

ஒரு வேளை நீங்க சொல்றத கேட்க முடியும்னு இருந்தா, நீங்க முதல்ல சொன்ன கருத்து 'இந்த வயசுல சொன்னா மண்டையில ஏறாதுங்குற' கருத்து தப்பா?.

நாம முன்னாடியே பேசுன மாதிரி, நீங்க உங்க வேலைய சரியா செய்யாம இருக்கறதுக்கு, அபத்தமான காரணம் நிறைய வச்சு இருக்கீங்க, அதுல இதுவும் ஒன்னு.

நீங்க சொல்ற மாதிரி மாணவர்கள் இல்லைனு சொல்லமாட்டேன் ஆனா ஏதோ இப்படி மட்டும் தான் மாணவர்கள் இருப்பாங்கனு நீங்க முடிவு பண்ணறது ஒரு துளி கூட சரியில்ல.

இதுக்கு ஒரு உதாரணம், சொல்லவா? கல்வி எப்போமே சுவாரஸ்யமானது அந்த கல்வியில தனக்கு புடுச்சத படிக்க ஒரு மாணவர் நினைக்கிறாங்கனு வச்சுக்குவோம்.

இங்க எத்தன மாணவர்கள் தனக்குப் புடுச்ச பாடத்தப் படிக்கறாங்க தனக்கு புடுச்சப் பாடத்த எடுக்க கூடாதுனு சொல்ல இங்க நிறையா பெரு இருக்காங்க, பெற்றோர்கள், சமூகம்னு.

சரி, தனக்கு புடுச்ச அல்லது புடிக்காத பாடத்த எடுத்து படிக்கறவங்களுக்கு கல்வியோட சுவாரஸ்யமாவது கிடைக்குதானு பார்த்தா அதுவும் இல்ல, இது சில ஆசிரியர்கள், கல்வியாளர்கள் இந்த கல்வியோட தரத்த குறைக்க பாடுபடுறாங்க.

இப்படி பட்ட சூழ்நிலையிலும் இங்க நிறைய மாணவர்கள் படிக்க வர்றாங்க வருமையும் சேர்த்து. இப்படி தனக்கான காரியம் இல்லாத அப்பவும் ஏன் படிக்க வர்றாங்க, எல்லாத்தையும் உதரி தள்ளீட்டு போக வேண்டியது தான, போக மாட்டாங்க ஏன்னா தன் குடும்பத்த பத்தி சிந்திக்கறாங்க அவ்வளவு ஏன் சமூகத்துக்காக கூட இந்த மோசமான கல்வியாளர்கள் மத்தியில படிக்க வர்றாங்க. இது அவங்களுக்கு அவங்கள் சுத்தி இருக்கறவங்கனால நடக்குற அநியாயம் தான், இத மறுக்க முடியாது.

இந்த சூழல்ல ஆசிரியர்கள் நீங்க பண்ற தப்ப மறக்க மாணவர்கள் மேலே ரொம்ப சுலபமா பழிய போடுறீங்க, ம்?

"ஆசிரியர் மீது குறை கூறுவதற்கு முன்பு உங்களிடம் இருக்கும் குறையை சரி செய்து கொள்ளுங்கள் நீங்கள் படிக்காமல் இருப்பதற்கு ஆசிரியரை குறை கூறுவது எப்படி சரி? உங்கள் கவன குறைவுக்கு

நாங்கள் எப்படி பொறுப்பு?"

அந்த கவனக்குறைவுக்கு காரணம் என்ன?

ஒர் ஆசிரியர் மிக சிறப்பாக பாடம் கற்பித்தால், யாரும் அதை கவனிப்பதை தவிர்க்க மாட்டார்கள். அவரது கற்பித்தலில் ஏதோ குறை இருந்தால் மட்டுமே மாணவர்களுக்கு கவனம் குறைய வாய்ப்பு அமையும்.

"சரி, கவனம் குறைய வாய்ப்பு அமைந்தால் பாடத்தை படிக்க மாட்டிர்களா? அப்பொழுது சிறிது நேர்மறையாக சிந்தித்து முயற்சி எடுத்து படிக்கலாம் அல்லலவா நாங்களும் மனிதர்கள் தான் பிழைகள் இருப்பது சாதாரணம் தான்"

ஆம், நீங்களும் சாதாரண மனிதர்கள் தான் அதைதான் நானும் சொல்கிறேன். சாதாரண மனிதர்களாகிய நீங்கள் எப்படி இன்னொரு சாதாரண மனிதரை (மாணவர்களை) சொல்வதை கேட்டே ஆக வேண்டும் என்ற நிர்பந்தத்திற்கு தள்ளிவிடுகிறீர்கள். அவர்கள் சுயமாக முடிவு எடுப்பதை ஏன் தடுக்க பார்க்கிறீர்கள் அவர்கள் ஏன் நீங்கள் சொல்வதை கேட்டே ஆக வேண்டும்.

மனிதபிழை இருப்பது சாதாரணம் தான், ஆனால் எப்பொழுது நீங்கள் சொல்வதை கேட்டால் (மட்டுமே) மாணவர்கள் வாழ்க்கை நன்றாக இருக்கும் என்ற பிம்பத்தை ஆதரக்கிறீர்ளோ, அப்பொழுதே பிழைகளுக்கு இடமில்லை.

"மாணவர்கள் படிப்பில் ஆர்வம் செலுத்தாதற்கு காரணம், அவர்கள் கவனச்சிதற்வுகளே அரட்டை அடிப்பது, ஊர்சுற்றுவது போன்ற பிற காரணங்கள்"

அரட்டை அடிப்பது, ஊர்சுற்றுவது, விளையாடுவது, தொலைகாட்சி பார்ப்பது, தொலைபேசியில் நண்பர்களுடன் பேசுவது ,

சமூகவலைதளங்கள் பயன்படுத்துவது, காதலிப்பது இன்னும் பல காரணங்களால் மாணவர்கள் கல்வியில் ஆர்வம் குறைகிறது என்பது கல்வியின், ஆசிரியரின் பலவீனத்தையே சுட்டி காட்டுகிறது.

தெரியாததை பற்றி தெரிந்து கொள்வதில் தான் மனிதனின் தீராத ஆர்னம் இருக்கும் அதில் கல்வி தான் முதன்மை பெற்றது. புதிதாக கற்று கொள்வதில் ஆர்வம் இல்லை என்று சொல்லும் மனிதன் இல்லை, அதுவும் கல்வியை கற்க ஆர்வம் இல்லை என்பது வேடிக்கையாக உள்ளது.

ஓர் பொருள் கல்வியிம் மீது உள்ள ஆர்வத்தை குறையுமானால் கல்வியும் தரத்தை, 'ஒரு சிரு திருத்தம்' கல்வியாளர்களின் தரத்தை சோதிக்க வேண்டும். தரமற்ற கல்வி அல்லது கற்பித்தலால் தான் ஆர்வம் இருக்காது.

இது போன்ற காரியங்கள் கல்வியின் மீது இருக்கும் ஆர்வத்தை மாணவர்களிடம் இருந்து குறைத்து விடும் என்ற கருத்து பல வருடங்களாக உலாவி வரும் புரட்டு.

இல்லை இந்த கருத்து சரி என்றால் எனக்கு ஒரு சந்தேகம் எழுகிறது அதாவது ஆசிரியர்களின் கற்பிக்கும் திறன் குறைந்ததற்கான காரணம் சம்பந்தப்பட்டது தான் அது.

ஆசிரியர்களும் இதே போன்ற அரட்டை அடிப்பது, ஊர்சுற்றுவது, காதல், நட்பு என்ற நடவடிக்கையில் ஈடுபடுவதால் தான் கற்பிப்பதில் இருந்த கவனம் சிதறி திறமை குறைந்து போய்விட்டதோ! என்பதையும் சிந்திக்க வேண்டியது உள்ளது.

இவ்வுலகில் மனிதன் பிறந்தால் உலகில் உள்ள அனைத்தையும் அனுபவிக்க வேண்டும். மனித வாழ்க்கையில் கற்றல் என்பது இயல்பு, கல்விக்காக மற்ற அனைத்தையும் துறக்க வேண்டும் என்பது அபத்தம்.

ஐந்து வயதில் இருக்கும் மனிதத்தை கட்டுப்படுத்தி, இருபத்தைந்து வயதில் அவிழ்த்து விட நினைப்பது அறிவிலித்தனம்.

ஆறுதல்

இந்த மாதிரி மாணவர்கள் பிரச்சனைக்கு இன்னொரு முக்கிய பங்கு வகிப்பது பெற்றோர்கள். பிள்ளைகள் கல்வியாளர்கள் பற்றி தன்னோட எண்ணத்த சொல்லும் போது, காது கொடுத்து கூட கேட்பது கிடையாது.

உங்க பயம் புரியுது கல்வியாளர்கள் பத்தி பிள்ளை வெறுப்போடு பேசும் போது நாமுன் ஆதரவு கொடுத்தா, எங்க படிக்காம போயிருவாங்களோ என்ற பயம் இருக்கும், ஆனா பிள்ளைகளுக்கு ஆசிரியர்களினால் வரும் பிரச்சனைய சொல்ல பெற்றோர்கள் மட்டும் தான் உள்ளனர் உங்களால் அதை சரி செய்ய முடியாமல் கூட போகலாம் நீங்கள் பிள்ளைகளின் பிரச்சனைகளுக்கு தீர்வு அளிப்பீர்கள் என்று யாரும் இங்கு எதிர்பார்க்கவில்லை ஆனால் உதாசின படுத்துவதை ஏற்க முடியாது. உங்க மூலியமா கிடைக்கும் ஆறுதலாவது பிள்ளைகளுக்கு தேவை.

சில பெற்றோர்கள் உள்ளனர், பிள்ளைகள் மீது தவறு இருக்கிறதா இல்லையா என்று கூட கேட்கமாடார்கள், இவ்வளவு ஏன், தவறு இல்லை என்று தெரிந்தால் கூட கல்வியாளர்கள் பிள்ளைகள் மீது போட்ட பழியை எதிர்த்து பெசமால், பிள்ளைகளை கண்டிப்பார்கள், தண்டிப்பார்கள். இதற்கு முதன்மை காரணம் அந்த கல்வியாளர்களால் போடப்படும் பிச்சை தன் பிள்ளைகளுக்கு கிடைக்காமல் போய்விடுமோ என்ற அச்சம். இந்த பயத்தை பயன்படுத்தி கல்வியாளர்கள் அதிகார துஷ்பிரயோகம் செய்துவருகின்றனர். அந்த பிச்சை என்பது அவர்கள் போடும் மதிப்பெண் அல்லது அதனால் கிடைக்க கூடிய வேலை.

இங்கு ஒன்றை புரிந்து கொள்ளவேண்டும் வேலை என்பது பிச்சை இல்லை உரிமை என்று.

படுச்சா எவ்வளோ சம்பளம் கிடைக்கும்?

"அட ஒருத்தருக்கு அறிவ சொல்லிதறத விட டிகிரி வாங்க வெக்கறது ஈஸியா இருக்கே"

இது ஒரு நல்ல கேள்வி. ஆனா இத கேக்கறது யாரு தெரியுமா? மாணவர்கள்! ஆனா எனக்கு ஒரு சந்தேகம் சம்பாதிக்கறதுக்காகவா படிக்கறது, ம்? ஆமா இதுல என்ன சந்தேகம் அப்படினு கேட்கறீங்களா! சரி, அப்போ உங்களுக்கு (மாணவர்களுக்கு) நடக்கற தப்ப தடுக்கறது கொஞ்சம் கஸ்டம் தான். ஏன்னு கேட்கிறீங்களா?. ஆமா உங்களுக்கு நடக்கற நிறையா பிரச்சனைக்கு இந்த கருத்து தான் காரணம்.

எப்படினு அலசுவோமா? இந்த கருத்துக்கு முதல்ல விரிவாக்கம் கொடுத்துடுவோம். அதாவது படுச்சா அறிவு வளரும் அந்த அறிவ வச்சு வேலை செய்யலாம் அப்பறம் அது மூலியமா பணம் வரும். இது ஊருக்கே தெரியும், இத ஏன் இப்போ சொல்றனு கேட்கறீங்க? அப்படிதான.

ஏன்னா, இந்த மாதிரி படிப்படியா போறத விட்டுட்டு நாம என்ன பண்றோம்னா. இந்த கருத்த சுருக்கி டிகிரி வாங்குன வேலை கிடைக்கும்னு மாத்தீட்டோம். இதனால படிக்கறது அறிவு வளர்றது இதை எல்லாம் ஸ்கிப்(SKIP) பண்ணீடோம். அட ஒருத்தருக்கு அறிவ சொல்லிதறத விட டிகிரி வாங்க வெக்கறது ஈஸியா இருக்கேனு ஆசிரியகளும் இத ஃபாலோ பண்ண ஆரம்பிசுட்டாங்க.

இப்படி நாமலும் எனக்கு ஆறிவு எல்லாம் வேண்டாம் டிகிரி மட்டும் வாங்குனா போதும்னு இருந்துட்டோம். அறிவு இருந்தா தான வேலை செய்ய முடியும். அறிவில்லாம கிடச்ச வேலைக்கு எல்லாம் போறதுக்கு தயார் ஆயிட்டோம். இந்த கருத்து மாறுனாதான். இப்போ நடகறதுக்கு எல்லாம் ஒரு முடிவு கிடைக்கும். சரியா?

சரி, இதுல மாணவர்கள் தரப்ப மட்டும் தப்பு சொல்ல முடியாது. மாணவர்களுக்கு படிப்பு சம்பாதிக்கறதுக்காகனு தப்பா கூட புரிஞ்சு வச்சு இருக்கலாம்.

ஆனா சில ஆசிரியர்களே இததான் சொல்லி தர்றாங்க.

கல்வி ஒரு தொழில்

கல்வி ஒரு தொழில். இது இப்படி தான் இயங்கும் அதனாலதான் வேலைக்கு முக்கியதுவம் கொடுக்கறோம். இப்படி ஒரு கருத்து இருக்கு. சரி, இந்த கருத்த வெச்சே பேசலாம். ஒருதர் குறைந்தது பதினைந்து வருசத்துகும் மேல படிக்கறாங்க. நிறையா கல்விக்காகவே செலவு பண்ணி இருப்பாங்க. படிப்பு முடுஞ்ச உடனே வேலையும் கிடைக்கும்னு வச்சுக்குவோம். எத்தன வருசத்தில என்னால முதலீட தாண்டி லாபம் பாக்க முடியும்? மாணவர்கள் கிட்ட இருந்து முழு கட்டணம் கல்வியாளர்கள் வாங்கிக்குவாங்க அந்த மாணவர படிக்க வச்சாலும் படிக்க வைக்கவில்லைனாலும். ஆனா மாணவர்களுக்கு வேலை கிடைகறதுல சிக்கல் இருக்கு, கிடைச்சாலும் நல்ல சம்பளம் கிடைக்க சிக்கல் இருக்கு. இப்படி இருக்கும் போது எப்படிப் படிப்ப ஒரு நல்ல தொழிலா ஏத்துக்க முடியும். பின் குறிப்பு கல்வி தொழில் இல்ல சேவை. இத முதல்ல ஆசியர்கள் ஒத்துக்கிட்டு மாணவர்களுக்கு சொல்லி கொடுங்க.

படிப்பு முக்கியம் சகோ!

மாணவர்களுக்கு ஒரு முக்கிய வேண்டுகோள், கோவத்த சாப்பாடு மேல காட்ட கூடாதுனு சொல்லுவாங்க அதேமாதிரி உங்களுக்கு படிப்பு மேல வெறுப்பு இருந்ததுனா, அந்த கோவத்த படிப்பு மேலையும் காட்ட கூடாது. படிப்பு உங்களோடதது. உங்கள் உரிமை, அத யாருக்காகவும் எதுக்காகவும் விட்டு தராதீங்க...

முடிவுரை

இந்த புத்தகத்தில் பெரும்பாலும் மாணவர்கள் மீது உள்ள தவறுகளை தவிர்த்தே எழுதி உள்ளேன், ஏனெனில் அவர்கள் மீது உள்ள தவறுகள் ஏற்கனவே பொது தளத்தில் விவாத பொருளாக உள்ளது ஆனால் அவர்களுக்கு ஏற்படும் பிரச்சனைகள் மன உலைச்சல் யாவும் கண்டு கொள்ளப்படுவதில்லை, ஆகையால் அவர்களுக்கு எதிராக உள்ள கருத்துக்களையே விமர்சனம் செய்து எழுதி உள்ளேன்.

இதில் அதிகமாக ஆசிரியர்களை விமர்சனம் செய்து உள்ளதாக இருக்கலாம். அதனால் சிலருக்கு அதிருப்தியும் ஏற்பட்டு இருக்கலாம். நல்ல ஆசிரியர்களை இங்கு குறை கூறவில்லை அவர்கள் இதற்கு கோபமும் பட மாட்டார்கள். தான் ஒரு நல்ல ஆசிரியர் என்று வெறுமனே கூறிக்கொள்ளும் யாருக்கேனும் கோபம் வந்தால் அது உங்கள் பக்குவமின்மையை பொறுத்தது அதில் யாரும் தலையிடவோ பொறுப்பு ஏற்கவோ மாட்டார்கள்.

"உலகில் யாரும் தண்டச்சோறு கிடையாது. தன் திறமையை எதார்த்தோடு பொறுத்த முடியாத அல்லது அங்கீகரிக்கபடாத சூழ்நிலையில் இருப்பவர்கள் தான் தண்டச்சோறு என்று

அழைக்கபடுகிறார்கள்".

"ஒரு மாணவரின் ஆற்றல் மற்றும் ஆர்வத்திற்கு இன்றைய
கல்வியாளர்களால் ஈடு கொடுக்க முடியவில்லை என்பதே உண்மை"

-சகோ

பாதகஞ் செய்பவரைக் கண்டால் - நாம்

பயங்கொள்ள லாகாது பாப்பா!

மோதி மிதித்துவிடு பாப்பா! - அவர்

முகத்தில் உமிழ்ந்துவிடு பாப்பா!

-பாரதி

ஒரு புத்தகத்திற்கு நாங்கள் விளம்பரம் செய்வதை விட நீங்கள்
பரிந்துரை செய்வதே சிறந்தது...

பொருளடக்கம்

9 798889 750604